DATE DUE

NOV 25 '92			

DEMCO 38-296

Mountain River

Publication of this book

is supported by grants from

the Eric Mathieu King Fund of

The Academy of American Poets and

the Witter Bynner Foundation for Poetry.

Mountain River

Vietnamese Poetry

from the Wars, 1948–1993

A Bilingual Collection

Edited by Kevin Bowen,

Nguyen Ba Chung, and

Bruce Weigl

University of Massachusetts Press

Amherst

and translated with the permission
of the individual poets and the
Vietnamese Writers' Association.
Introduction, notes, and translations
© 1998 by the William Joiner Foundation.
Printed in the United States of America
LC 98-12598
ISBN 1-55849-140-6 (cloth); 141-4 (pbk.)
Designed by Richard Hendel

Library of Congress
Cataloging-in-Publication Data
Mountain river : Vietnamese poetry from
the wars, 1948–1993 / a bilingual collection
edited by Kevin Bowen, Nguyen Ba
Chung, and Bruce Weigl.
    p.   cm.
Includes bibliographical references (p.   ).
ISBN 1-55849-140-6 (cloth : alk. paper). —
ISBN 1-55849-141-4 (paper : alk. paper)
1. Vietnamese poetry—20th century.
2. Indochinese War, 1946–1954—Poetry.
3. Vietnamese Conflict, 1961–1975—
Poetry.   I. Bowen, Kevin, 1947–   .
II. Nguyen, Ba Chung.   III. Weigl,
Bruce, 1949–   .
PL4378.6.M74   1998
895.9'22134080358—dc21   98-12598
                              CIP
This book is published with the support
and cooperation of the University of
Massachusetts, Boston, and the William
Joiner Center for the Study of War and
Social Consequences.
British Library Cataloguing in Publication
data are available.

Contents

Acknowledgments

We would like to thank Anh Ngoc, who was largely responsible for putting this anthology together, and Chinh Huu and Vu Tu Nam, who supported the project from the start. Further thanks are due to Huu Tinh, Nguyen Quang Thieu, and Pham Tien Duat for their work on this collection. We would like to extend special thanks to Nong Tuan Giang, To Minh Thanh, and Tran Thuan for their assistance in preparing the Vietnamese text, and to Lauren Lynch, Anne Marie Irwin, Joan McIntyre, and Norm Oppegard for their assistance with the English. We are indebted to Paul Wright, Pam Wilkinson, and the staff of the University of Massachusetts Press for their efforts on behalf of this project, as well as for their previous work with *Poems from Captured Documents, Writing between the Lines, The Women Carry River Water,* and *A Time Far Past.* Finally, we would like to thank the Witter Bynner Foundation for their support of this project through its many stages, and the Ford Foundation, the Lannan Foundation, and the Eric Mathieu King Fund of The Academy of American Poets for their support as well.

We wish to thank the editors of the following publications where some of these translations first appeared.

Boston Review for Nguyen Duy, "Moonlight"; Vo Que, "Where the River Flowed"; Nguyen Duc Mau, "A Retired General"; Pham Tien Duat, "At 59 Nguyen Ba Trieu Street"; To Huu, "Folk Festival in the Autumn Night"; Van Le, "Hearing the Argument of the Small Prisoners" and "The Incense Smell on New Year's Eve"; Hoang Nhuan Cam, "After Many Missed Dates You Finally Come"; Quang Dung, "Western Advance"; Chinh Huu, "The Lamp Standing Guard"; Nguyen Dinh Thi, "Remembering." Nguyen Ba Chung's introduction also appeared in an earlier version.

Compost for Lam Thi My Da, "A Sky in a Bomb Crater"; Huu Thinh, "Wait" and "In Phan Thiet."

Manoa for Pham Tien Duat, "White Circle" and "In the Labor Market at Giang Vo"; Nguyen Duy, "Red Earth, Blue Water" and "New Years Fireworks"; Le Thi May, "Wind and Widow" and "Poem of a Garden"; Vu Cao, "The Bells."

Poet Lore for Pham Sy Sau, "Not Just a Battlefront"; Pham Tien Duat, "To Return to the Urges Unconscious of Their Beginning."

Rafters for Ho Chi Minh, "Full Moon in January"; Nguyen Duy, "Suddenly."

Nguyen Duy's "A Small Song of Peace" was first published in the *Boston Globe* in July 1995.

A number of these poems also appeared in *Writing between the Lines: An Anthology on War and Its Social Consequences*, published by the University of Massachusetts Press.

Introduction
The Field of Vision in Vietnamese Poetry

NGUYEN BA CHUNG

From 179 B.C.E. until 938 C.E., China ruled Giao Chau—the country we now know as Viet Nam. In 1077, during the Sung dynasty, the Chinese sought to reimpose their rule. When the Vietnamese forces, commanded by Marshal Ly Thuong Kiet, faced the superior Sung army along the Cau River, Marshal Kiet composed the following poem to rally his troops:

> The Southern Emperor is to reside in the Southern land.
> This has been clearly marked in the Book of Heaven.
> If unruly troops from afar dare to encroach,
> They will certainly face annihilation.

Asserting Viet Nam's right to independence ("The Southern Emperor is to reside in the Southern land") and claiming that right by divine decree ("clearly marked in the Book of Heaven"), he proclaimed an independent future for a country one-tenth the size and population of its giant neighbor. His words might seem like sheer bravado—except for the confident voice and the unimpeachable grounds for that confidence. And his prediction of "annihilation" for future adversaries now seems prescient.

It is not surprising that a Vietnamese military commander would express himself in poetry. Throughout Vietnamese history, poetry has played a preeminent role in the culture. Instead of aspiring to be, for example, a wealthy merchant or a popular singer, children of peasant and scholar alike grew up hoping to become another Van Hanh, Nguyen Cong Tru, Nguyen Du, Doan Thi Diem, Ho Xuan Huong, or Nguyen Dinh Chieu. The ability to transmute the ecstasy and sorrow of life into sonorous words and rhymes that will be cherished and recited by generations provided an assured entry into the nation's pantheon of cultural immortals.

During the feudal period, from the eleventh until the early twentieth century, poetry was an essential part of the training of both the scholar-literati class and military strategists. Because mastery of the poetic craft was a part of all examinations, no one could aspire to an official position without poetic ability. Beyond its role as an official requirement, poetry provided a means for articulating a sense of national identity and for transmitting that identity to future generations. Ideas, feelings, and images kept alive through Vietnamese poetry enabled the culture to recognize its deepest sense of self—to understand past suffering and to evoke an affirmative vision of future hopes.

Because Viet Nam did not fully adopt *quoc ngu*,[1] a popular national writing script, until the late nineteenth century, the majority of the populace could only rely on word of mouth across centuries of occupation and servitude to keep that vision alive. What better vehicle could preserve and spread that vision far and wide than one clad in the forms of sonorous words and rhymes? One of the earliest forms was *ca dao*, or folk rhymes in the vernacular. An example is the following six-eight couplet, first recorded during the Trung Sisters' uprising in 40–43 C.E.:

Nhiễu điều phủ lấy giá gương
Người trong một nước phải thương nhau cùng

The red crepe always drapes over the tablet mirror
Of the same land, we have to care for each other.

Red crepe draping over the mirror stand is a familiar sight on the altar of every Vietnamese home: it is a gesture of reverence to half cover the ancestor's picture with a red silk scarf. The essence of ancestor worship is to keep their memory alive by actions that bring honor and repute to their names. It has nothing to do with superstition, but is one of the most efficacious self-policing ethical systems in the world.

The power of this *ca dao* lies in its connecting the exhortation to love and care for one's compatriots with this great and ancient ritual, making it the natural extension of one's love and care for one's own ancestor. To be worthy of one's ancestor, one cannot deny one's responsibility for others who, in the final analysis, also come from the same ancestor—that of the Viet's Au Lac tribe.

TAM GIAO DONG NGUYEN

Marshal Kiet's confidence about the Southern land had its roots in more than four thousand years of cultural evolution and differentiation, and, more immediately, in a unique Way known as Tam Giao Dong Nguyen—the One-Sourced Triple Teaching—that unified Buddhism, Confucianism, Taoism, and native beliefs. That teaching reached its fullest articulation in the Ly (1010–1225) and Tran (1225–1400) dynasties, when Buddhist views—alleged by detractors to be "otherworldly" and "life-denying"—formed the foundation for Viet Nam's most activist, life-engaging, and illustrious period, marked by the flowering of Vietnamese poetry, national identity, military prowess, legal codification, and popular welfare. Thanks to the exceptional national unity forged by this teaching, the country was able to perform an unprecedented feat—beating back three successive Mongolian invasions in 1258, 1285, and 1287.

The foundation of the Triple Teaching was an account of human nature that assigned to human beings a privileged position in the universe and a heroic conception of human history. Only man could deliver himself from his own misery and penchant for self-illusion and self-destruction. This was the worldview of a warrior, but of a warrior whose fight is with his own delusions, not with the world, which was ultimately part of himself.

China had developed its own form of Tam Giao Dong Nguyen; the shape it took in Viet Nam bore the stamp of that country's unique history and environment. In particular, the Vietnamese formulation was not preoccupied with theoretical concerns, available only to a comfortable elite enjoying long periods of uninterrupted peace. Instead, it is embedded in folk rhymes, stories, songs, and sayings, and it incorporates the pragmatic and animistic outlook of the native tradition. Moreover, Buddhism played—and continues to play—a much larger role in the Vietnamese Tam Giao Dong Nguyen than in the predominantly Confucian Chinese variant, which explains the tolerant, relatively peaceful coexistence of the three philosophies in Viet Nam, in contrast to the Chinese persecution of Buddhism. Marking this important difference, a fourteenth-century Vietnamese Confucian scholar inscribed the following lines on a royal urn that represented the dynasty's mandate from heaven:

The Chou's urns are deities'; Viet's urns are Buddha's.
Deities are fickle; Buddha is joyful. Posterity! Don't cast it wrong!

The joyfulness of Buddhism is captured in the well-known poem, "Falling Ill, Telling Everyone," by Zen master Man Giac (1052–1096):

Spring comes, flowers bloom
Spring's gone, flowers fade
The world flies by like a breeze
Our head suddenly bristles white
When spring's gone, fear no flower
In the yard last night a mai bud bloomed.

This spirit of philosophical unity underlines not just the classical literature written by the scholar-literati in Chinese scripts, but also the vast oral literature in the monosyllabic Vietnamese vernacular. To preserve this oral treasure and the rich cultural history behind it, the Vietnamese had developed *Chu Nom,* or the Southern script, which was based on Chinese written characters. Starting in the thirteenth century, *Chu Nom,* in spite of the difficulties it posed for Vietnamese readers who did not know Chinese, allowed Vietnamese writers during the era of the dominant Chinese scripts to develop their own poetic voices in the Vietnamese vernacular and it was the foundation for much of Vietnamese literature for the next six hundred years.[2]

By the middle of the Tran dynasty, the elements of Tam Giao Dong Nguyen were substantially reconfigured, with Confucianism increasingly serving as the official ideology of the ruling elite. In the Le dynasty (1428–1788), the Confucian scholar-literati took center stage in the nation's political life. Apart from the population of a few large, royally sponsored pagodas, Buddhist monks and nuns returned to the villages. They carried out their training quietly and unobtrusively in the local temples and lived humbly among the common people.

Still, the One-Sourced Triple Teaching—and not simply its Confucian moment—remained the core of Vietnamese culture and poetry. An elite scholar could use Confucianism in carrying out his official duties, but his view of the world and sense of his own destiny would remain essentially Buddhist. Eventually, he might decide to retire from worldly ambition, return to his village to live out his life as a Taoist or Buddhist aspirant, and embark on a journey aimed at self-knowledge and inner discipline.

Nguyen Trai, one of five national defenders in Vietnamese history—Ly Thuong Kiet, Tran Hung Dao, Le Loi, and Nguyen Hue are the others—embodies that quintessential harmony. A brilliant strategist who helped King Le Loi defeat the Ming dynasty's twenty-year occupying force in 1428, he later became the premier Confucian administrator. When he fell out of favor and was forced out of office, Nguyen Trai returned to his native village, spending his days there writing poetry, which was later to become part of the nation's treasure. His poem, "Occasional Verse At Con Son after the War," perfectly sums up this unified spirit.

When I returned after ten years away from hearth and home
Pine trees and chrysanthemum were overgrown

Streams and forests waited, why didn't I come?
Head covered in dust and sand, I could only complain
Back home, it's like a dream
After war, I'm still one piece
When can I build the house under the cloud mountain
Boil streamlet water for tea, and sleep on a stone pillow?

In the seventeenth and eighteenth centuries, Viet Nam suffered a period of internal division with the Trinh and Nguyen lords occupying two halves of the country, nominally in support of the same king. During this period, Confucianism weakened and became a convenient cloak for the unscrupulous and the ambitious. Disgusted with such naked power-seeking, genuine scholars withdrew to the villages, striving to preserve their own integrity and deepen their inner quest. Much of the classical poetry written in this period expresses longing for the return of a wise and noble king and for a reassertion of the nation's cultural ideals. And some poems take to task the ruling elite for failing to bring peace and prosperity to the overtaxed and undernourished peasantry.

The last gasp of Confucianism as a political ideology came with the founding of the Nguyen dynasty in the nineteenth century. Aided by French missionaries and Western weapons, the founder of the dynasty, Gia Long, defeated the short-lived Tay Son reign in 1802 and unified the country. Then began a period rich with a variety of poetic forms from the traditional seven-word eight-line sonnet or *that ngon bat cu,* to the six-eight couplets or *luc bat,* to the mixed double-seven six-eight form, or *song that luc bat,* to long elegiac and epic poems about love, complex social conditions, and the world at large. In 1813 Nguyen Du completed "The Tale of Kieu," a *luc bat* vernacular poem in 3,250 lines—the nation's greatest masterpiece and the most powerful presentation of the Vietnamese ideal of Tam Giao Dong Nguyen, seen through the eyes of a man deeply troubled by the miseries and endless strife that had befallen his countrymen.

STRUGGLE FOR INDEPENDENCE

On August 31, 1858, a French naval squadron under the command of Admiral Rigault de Genouilly lobbed cannon balls into the city of Da Nang, effectively foretelling the end of Vietnamese royal rule and the beginning of a hundred-year resistance aimed at regaining independence. The power of Western technology, in the service of France's divide-and-rule strategy, provided a severe trial for the Vietnamese vision. It tested whether the age-old culture could survive, or whether Viet Nam would become a mere appendage to France, "a little France of the Far East" in Bishop Pujinier's descriptive phrase, fully internalizing the French *mission civilisatrice* and abandoning its own long, rich history.

Beginning in the late nineteenth century with French domination, *quoc ngu* or the national written script came into wider use. Based on the Roman alphabet, these characters were a significant factor in enabling Vietnamese poets to take their poetry to a broader range of citizens and were seen even by Confucian-trained scholars as a way to modernize Vietnamese culture. It came to supersede *Chu Nom* or the Southern script as a much simpler medium with which to transcribe the Vietnamese vernacular.

The Vietnamese were quick to absorb French literature, especially the romantic poetry of Musset, Beaudelaire, Chateaubriand, Valery, Verlaine, and others. The French styles, themes, and techniques irrevocably changed the landscape of Vietnamese poetry. *Phong Trao Tho Moi,* or the New Poetry Movement, was launched in the 1930s and marked the end of the dominance of the traditional poetic forms with the exception of the *luc bat* or six-eight couplets. In poetry one saw freer quatrains and free verse; in prose the modern forms of the novel, short story, play, and political tract appeared.[3]

Despite its forty centuries of history, Viet Nam could not have survived as a country or as a distinct culture without an indelible sense of identity—an identity that could transcend cultural occupation and, most important, assume some concrete form that could be passed on to future generations. It is a special characteristic of Vietnamese culture that poetry plays such a significant role in deepening this sense of national identity and in serving as the vehicle for its preservation and transmission. Practically every major Vietnamese historical figure has left behind his or her own poetry in addition to a record of political and military accomplishment, as well as a rich body of historical writing that also functions as fine literature.

Through this literature, especially the poetry, the Vietnamese learn about their many centuries of resistance to foreign domination. They are able to feel what it was like to endure their country's long history of struggle and what it was like to be alive during historical periods far removed from the moment. Poetry therefore serves as an eloquent memorial, a living carrier of the past, with a power mere physical monuments could not approach.

During the resistance to the French, Vietnamese poetry returned to

its roots of patriotism and selfless sacrifice. The Vietnamese people—
except for a minority coopted by French missionaries and provided
with sumptuous privileges by the colonial regime—supported the na-
tional struggle. Tham Tam's "Afternoon Rain on Route 5" captures the
dominant ethos:

All eyes in a distant stare
Taking in the whole sky,
The heavy clouds of our distant
Base at Viet Bac,
The lovely mountains and forests
Where we suffered cold and rain.
For two years we suffered.
In the afternoon rain a thousand
Mai flowers blossomed, their petals
Bringing the color of spring.

. . . .

The day the soldiers left
The old mother fell silent,
Her eyes wet with tears.
Oh where are the people of the mountain?
Where are the guerrillas dressed
In torn clothes in the rain?
Rifles shouldered, they climbed
The pass, breaking through enemy lines.

Wearing torn clothes and carrying outdated rifles, suffering hunger
and cold in the deep mountain hideouts, these bearers of the Viet-
namese martial tradition were re-creating past dramas—like that of Le
Loi, who, in the 1420s, fled from superior Chinese forces and took
refuge in caves and peaks, surviving on wild grasses and tree roots.

Xuan Mien's "Missing the Eastern Region" presents a soldier longing
for his old mountain resistance base in the language of a young lover
pining for his beloved. The poem exemplifies the selfless life of the
resistance fighters but simultaneously reveals moments of youthful joy
and unwavering dedication in the face of struggle:

How much I miss the Eastern region,
Long to touch its hills and forests again,
To hear the Hoang bird's song at dawn
The gibbons' sad cry at night.

The poet does not idealize the struggle. He recognizes the life of want and back-breaking labor:

> We shared a half bowl of rice to fight off hunger.
> We cleared forests, our backs slashed by thorns.
> Our sweat watered the ground, our hearts burned.
> The rice and sweet potatoes greened and grew.

But the poem also pays tribute to the sense of camaraderie and shared purpose:

> The mangosteen leaves so bitter, but the yam roots so sweet.
> Eating our bland rice, we laughed.
> We swung in our hammocks, found rest
> In the half-smoked cigarettes passed between us.

In the poetry of this period, the sense of rightness is nearly absolute; there is no doubt that resistance is necessary. That ethos continues through the next phase.

THE FIGHT CONTINUES

In the earliest stages of the U.S.–Vietnamese conflict, from 1954 through the 1960s, the sense of national unity was palpable. Apart from an urban minority in South Viet Nam, the war struck the Vietnamese as a logical continuation of the French war—with different players, but the same script. For people who had spent most of their youth struggling against a brutal colonial regime—where villages were required to consume a fixed quota of the state's liquor and opium dens were encouraged as a means of filling the state's coffer—there was no historical discontinuity between the French conquest of Viet Nam, United States support for France's attempt to reimpose its rule, and the subsequent effort by the United States to create a separate, Western-based client state in South Viet Nam.[4]

In those years, popular support for the war effort defied Pentagon calculations. Despite the enormous number of casualties, anyone in North Viet Nam not accepted as a recruit to go to B (the code name for South Viet Nam) considered it a personal disgrace. In many villages, every eligible male volunteered before being called.

The appearance of foreign troops on Viet Nam's soil provoked archetypal reactions in the Vietnamese psyche—stretching back to the beginning of Vietnamese history. The brutality of the French and Japanese occupation during 1944–45, in which over two million Vietnamese—15 percent of the population—were left to starve to death so that rice and jute could be dedicated to the Japanese war efforts created a searing psychic wound.

Nguyen My's "The Red Farewell" marked a high point of national determination. Published in 1964, and instantly a major literary event, it uses the color red as a common thread to bind together all details about a soldier's taking leave of his wife. Physically and symbolically, the poet succeeds in conveying the patriotism and ideological unity of the time.

> But I know that red color.
> That redness in the flaming red
> Is like the fire red of the banana blossom,
> Like the redness of flames from the kitchen
> Of a distant village on cold, windy nights . . .
> And that redness will follow
> As if there had been no farewell.

It is a world painted in red—the heat of the sun, the color of the woman's dress, the flowers in the park, kitchen flames at home, banana blossoms on the campaign trails. That redness will follow the warrior's footsteps in all the cold days and nights ahead, as he follows the fluttering red flag into battles, keeping his homesick heart warm.

By contrast, "White Circles"—written by Pham Tien Duat in 1971 and published in the *Thanh Nien* journal in 1972—immediately created a firestorm. Because of its emphasis on the tragic consequences of the war, it was criticized for undermining the war effort. In a trip back to the rear in 1971, Pham Tien Duat stopped at a friend's village. It was one of thousands of nondescript villages in the North whose special trade was to make mosquito nets for the army. Everywhere the village was covered with pieces of white cloth, left out in the sun to be dried, before being dyed camouflage green. What deeply shocked Pham Tien Duat was that half of the young women and children in the villages wore white bands on their foreheads—a sign of mourning for those who never returned from battle.

> Bomb smoke rises in black circles.
> White circles hover above the ground.
> My friend and I walk on in silence,
> the silence expected after war.
> No loss greater than death.
> The white mourning band takes the shape of a zero.

My friend, inside that white circle
a head burns with fire.

This was the first sign of division in what had been total dedication to
and identification with the national cause. A fissure had begun to open;
in the postwar period, it would widen.

There is no question, however, that during the war, support for the
fight was overwhelming. Pham Tien Duat's "The Fire in the Lamps"
presents the fight as a natural consequence of an ancient identity:

Still, night after night we light the lamps.
Lamps to return a thousand years of fire.
Fire, from the time of our first struggling life,
kept from generation to generation
in the rice husks and ashes of household fires.

These lines, like many other poems of resistance, resonate deeply in
Viet Nam—they suggest the soul of a man who can find himself at home
only after he has fought off his adversaries. They invoke a sense of self-
less heroism and an iron determination that rise out of an unfathomable
depth—the impassioned individual facing insurmountable odds with
almost reckless abandon, not out of hatred but out of love. They are the
authors' calls to arms, not for themselves, but in defense of others, in
defense of their own identity, in defense of their reasons for existence.

NEW OPENINGS

In the postwar period, beginning in 1975, new questions arose that
signaled the reemergence of earlier conflicts about politics and literary
expression. In 1956–57, a dozen of Viet Nam's most respected intellec-
tuals had publicly opposed the party's total control and supervision of
all literary activities. In the name of intellectual integrity and literary
freedom, they demanded the right to uncensored expression. The op-
position was short-lived; their call was rejected; many were brought to
trial and forced to recant. Some simply withdrew into obscurity. The
poet and partisan Le Dat wrote at the time:

More years only make life a pot of lime
It gets worse with time
Growing smaller and smaller

Facing a similar dilemma in a different form, Nguyen Duy wrote in
"Selling Gold" many years later, in 1980:

Our soul—a slab of pure gold
We'll have to sell it piece by piece
One piece for a son, one for a wife
Other pieces for parents and friends.

. . . .

Oh god yes, we had to sell our bits of gold
To make it through those bad days.
We had to survive that brutal time,
But what did it get us: a few pieces of passing clouds . . .

These fissures and protests suggest that the field of vision has, in a way, come full circle. With national integrity intact, elements of Vietnamese culture that are less concerned with political and economic survival, and that had been ignored and set aside during the war, are now being explored again and demanding their rightful place. Although the poetry of the past forty-year period is profoundly moving and genuine, it is single-minded. It lacks darkness, valleys, contrasts. Nguyen Minh Chau, a writer of short stories and novels, put it bluntly: "It's ideologically correct" [*van hoc minh hoa*]. And in the urge for correctness, it ignores the tragic dimension of human life. Without a sense of tragedy, many would argue, the heroic voice cannot project fully, nor can the most inclusive version of Viet Nam's long years of struggle be represented.[5]

That was a time when unity took precedence over creativity, technological efficiency overshadowed hallowed traditions, and ideological myopia mistook itself for timeless truths.

RETURNING HOME

More than ten centuries ago, facing the cacophonies of many different philosophical currents, the Vietnamese created their own culturally distinct vision of Tam Giao Dong Nguyen by coordinating the most desirable aspects of Buddhism, Confucianism, and Taoism in a freeform structure. That form has served Viet Nam well through the twentieth century not only as a model for Vietnamese poetic sensibility but also for a cultural foundation, even when Western technology and the opposing ideological forces of Marxism and Christianity threatened to challenge it.

With the collapse of communism in the Soviet Union and Eastern Europe and the inevitable metamorphosis of Southeast Asian communism, Viet Nam is once again at a cultural crossroads. Inspired further by the opening up to the West, the country can no longer remain closed to the rest of the world. Viet Nam's traditional culture is therefore entering a paradoxical period of great risk and unprecedented opportunity that will determine the shape of its future and its vision for the twenty-first century. As only an ocean can merge a thousand rivers into one, only a deep awareness and a profound understanding of what it means to be Vietnamese can harmonize a thousand different schools of thoughts and a million individual pathways. A river can carry only its small amount of water; many tragedies have occurred because the river believed it was the sea.

Starting in 1986, Viet Nam embarked on a new adventure of self-transformation in the name of *Doi Moi*, or Renovation. Poets and writers were officially untied from the shackles of ideological necessity. The war was long over, and the overriding national need to maintain absolute unity at all cost in the face of an enemy's superior power no longer existed. For three years, from 1986 to 1988, the door was thrown wide open, allowing an exuberant growth of works of high quality to appear throughout the country, from Hanoi to Hue, from Quang Tri to Ho Chi Minh city. Many fundamental assumptions about the past, about tradition, about the meaning of the socialist culture itself were questioned. In 1989, the doorway was once again managed, with a view toward a more orderly, more politically acceptable transition. There appeared to have been no common ground, or at least, not one that could be beneficial to all sides.

There is perhaps no other period of Vietnamese history more in need of recovering its common roots than the present one. In a war for independence from 1858 to 1975 millions of Vietnamese perished or were displaced. Responding to different trumpets, families were split into opposing sides. Brutal ideological clashes left bitter ashes of memories. Thousands disappeared at sea. The land is covered with unclaimed bones and unmarked graves. Writing at the end of our century, Nguyen Duy responded to this legacy of loss with his poem "The Father":

In this place there are so many
who spent half their life in the Viet Bac, the other half along the
Truong Son Mountains,
men and women who once ate roots, bamboo shoots for meals
and now make do with taro leaves and wild tendrils.

Their great hopes have turned their skulls white,
their native villages so far away now, like distant seasons.

A lifetime working in the sun and rain,
a lifetime walking, and they've yet to reach home.

What new vision has sufficient depth and passion to reconcile that
bitter legacy? What spirit of poetry has sufficient power and scope to
make sense of a painful past and bring the wayward shipwrecks home?
At the moment of his death, Van Hanh, an eleventh-century scholar-
monk-poet-statesman, wrote:

Our lives are like lightning, here and then gone
Spring plants blossom, to be barren in autumn
Mind not the rise and fall of fortunes
They're dewdrops twinkling in the grass.

Whatever the renewed vision will be, Vietnamese poetry will play a role
in exploring and transmitting it. No one denies that the struggle was
heroic but the night was long and the darkness deep. It is time for
Vietnamese culture to reclaim its roots. It is time, as Nguyen Duy wrote
in his poem "Our Nation from a Distance," for the Vietnamese finally to
walk home:

Let us return. Let us come home
The white sheets remain unblemished;
Something still flickers there

. . . .

Whatever has happened, the land always lives within us,
The spiritual stream untainted
Poetry still lives; the people are alive
We are the people and we will endure.

NOTES

1. *Quoc ngu* was first invented in the seventeenth century by Portuguese,
Spanish, and French missionaries in Viet Nam as a means of spreading the
Christian Gospel. It allowed the missionaries to master the native language
quickly, and could be used as a shorthand to communicate with their Viet-
namese helpers. Neither the Chinese script nor *Chu Nom* was a viable alter-
native because most converts could not read or write it. Since there is always a
one-to-one correspondence between the Vietnamese sound and the Roman
alphabet-based script, learning how to read and write became a much simpler
task.

In 1651 Alexander de Rhodes, a French Jesuit, published a Vietnamese-
Portuguese-Latin dictionary called *Dictionarium anamiticum, lusitanum et lati-
num* in the Vatican. It was the first printed *quoc ngu* dictionary and was based

on two earlier hand-written works—a Vietnamese-Portuguese dictionary by Gaspar de Amaral and a Portuguese-Vietnamese dictionary by Antoine de Barbosa.

France ended the last Confucian examination in Cochinchina (southern Viet Nam) in 1864, and started teaching *quoc ngu* in schools there. In Tonkin (northern Viet Nam), the last Confucian exam was given in 1915; in Annam (central Viet Nam) it was in 1918. Newspapers, literary journals, and books in *quoc ngu* began to be published in all three regions, increasing substantially both the amount and readership of poetry.

2. To write a vernacular word, *Chu Nom* used two Chinese ideograms—one to indicate the meaning, the other the sound, For example, the Vietnamese word "*com*" (rice) will comprise the Chinese character "*me*" (rice) and "*cam*" (means "sweet," but sounds like "*com*" in Vietnamese). In cases where both parts—semantic and phonetic—can be found in one Chinese ideogram, then one would suffice.

When Vietnam defeated the Chinese army in 938 c.e., during the Tang dynasty, the administrator-functionary relationship between China and Viet Nam ceased. The Vietnamese were no longer exposed to the continuing evolution of the Chinese language. For that reason, Vietnamese pronunciation of the Chinese scripts was frozen, preserving the tenth-century Tang dialect, which is not comprehensible in modern-day China. This dialect, called Han in Vietnamese, which could now be transcribed into *quoc ngu,* became a uniquely Vietnamese preservation. The phonetic part of *Chu Nom* is based on Han and not on Mandarin or any other modern Chinese dialect. Due to this accident of history, the Vietnamese can actually read Tang poetry exactly as it was meant to be read, while Chinese texts today have to include instructions for pronouncing Tang ideograms.

No one knows exactly when *Chu Nom* was first invented. Some propose that it appeared as early as the second century c.e. in the attempt to translate Chinese works into the vernacular. Because all early writings in Viet Nam have been lost, we can only guess. A few *Chu Nom* words were recorded in the eighth century, for example, "Bo" and "Cai" in "Bo Cai Dai Vuong," the title of the eighth-century Vietnamese hero Phung Hung who succeeded in ruling Viet Nam for seven years, and "Co" in "Dai Co Viet," another name for Viet Nam at the time.

The first recorded poem written in *Chu Nom* was by Nguyen Thuyen in 1282 during the Tran dynasty. Currently we have a total of about twelve hundred extant works in *Chu Nom.* To cite a few notable examples, the earliest were full-blown works by authors of the Tran dynasty (1225–1400); later works were those of Nguyen Trai (1380–1442), King Le Thanh Tong (1442–1467), Nguyen Binh Khiem (1491–1585), Phung Khac Khoan (1528–1613), and Dao Duy Tu (1572–1634); more recent works were those of Doan Thi Diem (eighteenth century), and Nguyen Gia Thieu (1741–1798), which were followed by the works of Ho Xuan Huong (circa 1770–?), Ba Huyen Thanh Quan (nineteenth century), Nguyen Cong Tru (1778–1858), Cao Ba Quat (1808–1855), Nguyen Dinh Chieu

(1822–1888), and especially Nguyen Du (1765–1820); latest were the works of Nguyen Khuyen (1835–1909), Chu Manh Trinh (1862–1905), Tran Te Xuong (1870–1907), Phan Van Tri (1830–1910), Phan Chu Trinh (1872–1926), and Phan Boi Chau (1867–1940).

By the 1900s almost all works were written in *quoc ngu*. Neither *Chu Nom* nor *quoc ngu*, however, represents a new language; they are two different ways to transcribe the same language.

3. Vietnamese and Chinese have many common features which make Chinese poetic forms a natural candidate for Vietnamese adaptation. Both languages are monosyllabic, with two structures of tones—two flat, or level, tones, and four sharp, or oblique, tones. These structures function as a musical chord for rhyming, that is, rhymes have to be of the same tone class, flat or sharp.

In contrast to English, French, and other polysyllabic languages, which are predominantly accentual, Vietnamese accents are determined by context, semantic and syntactical, and not inherently by the composition of individual words. Since each word consists of a single syllable, no word is inherently weightier than another except in context. What determines the weight of a word for accent is not always the word itself, but its semantic and rhetorical role in the line. For example, a seven-word line in a classical Tang poem normally breaks into a 4-3 or 2-2-3 rhythm. The duples in this case could be, unlike English poetics, iambic, trochaic, spondaic, pyrrhic, or any combination thereof. Similarly, the triples could be either anapestic or dactylic. Counterpoint is a built-in feature, not a deliberate infraction.

Since the dawn of Vietnamese history, Vietnamese folk rhymes, proverbs, and sayings tend to prefer an even word number—4, 6, or 8. This allows the formation of two hemistichs with contrasting ideas or images, serving as an excellent mnemonic device and also aptly reflecting the bifurcation in the natural world. Hence, the poetic style with the most ancient Vietnamese origin is *luc bat* or six-eight, that is, a series of couplets of alternative six and eight syllable lines. Its rhyming scheme goes as follows:

Tấm thân phiêu bạt quê *ngư*ời
linh hồn vẫn ở lại *nơi* quê *nhà*
ngai vàng vừa cũ vừa *xa*
ánh vàng vương miện cũng *là* hư không

Under the influence of Chinese classical poetics, the five-word and seven-word lines came into being, especially in the regulated Tang poems of four and eight lines (*tu tuyet* and *that ngon bat cu*). The *song that luc bat* or double-seven six-eight, borrows the odd number line, but preserves the Vietnamese penchant for internal rhymes in both the double-seven and the six-eight:

Chí làm trai dặm nghìn da *ngựa*
Gieo Thái Sơn nhẹ *tựa* hồng *mao*
Giã nhà đeo bức chiến *bào*
Thét roi cầu Vị *ào ào* gió thu

Under the influence of French romantic poetry in the early twentieth century, the heavily regulated rules of the Tang seven-word eight-line poem gave way to the much less regulated four-word, five-word, seven-word, and eight-word quatrains. The rhyming scheme is also flexible—from *aaba, abba, abab* to *abbc, abcb,* or some slight variations. Euphonic rules are still observed, but are no longer mandatory. Nor is there any requirements for parallelisms, multi-line euphonic consistency, or, especially, erudite allusions to classical themes. A poem may consist of one or a series of the above quatrains. The less regulated *luc bat* and, to some extent, the *song that luc bat,* however, remain vital forms to the present day.

All poems in this anthology, with the exception of the classical seven-word four-liner by Ho Chi Minh, follow the postclassical forms.

4. From as early as the 1940s many nationalists found themselves in a quandary. The national resistance took on an increasingly Marxist orientation, especially after the United States ignored Ho Chi Minh's repeated appeals for sponsorship and Mao's troops finally reached the China–Viet Nam border in 1950. The noncommunists leaders found themselves fighting not only for the country's freedom, but also for the creation of a socialist state. For those refusing to accept the new ideology, the alternative was to make a compromise with their old enemy—the hated French. Many old-line nationalists left the *maquis* to return to the city. Unable to extricate themselves from their untenable position, they never regained the power and influence they had had during the earlier years of the resistance.

All noncommunist struggles from the 1930s to 1975 failed, however, because of two essential weaknesses. First, they never successfully provided an alternative that could command sufficient popular support. Without any program with nationwide organizational appeal, they could not recruit enough members to establish a base from which to launch their quest for power. When Archimedes Patti looked for a Vietnamese group that could rescue Allied pilots and provide intelligence on Japanese troops from inside Viet Nam in 1945, no nationalist group, except the communist-dominated Viet Minh, proved capable. Second, most known nationalist groups relied heavily on the foreign favoritism of China, Japan, France, and, eventually, the United States, for needed support. In fact, having no means to seize power, they all waited to be crowned as the collaborator party of the day. Then bound by an unwritten contract that they had neither the knowledge nor the resource to ignore, they were undermined both by their lack of any effective programs to address the major ills of the time and by the inherent contradictions between the interests of the country and those of their patron. As none of the foreign powers would put Viet Nam's interest above their own, the collaborators were doomed to fail. The ineptness of Nguyen Hai Than and other nationalists in the Viet Nam Doc Lap Dong Minh Hoi (Vietnam Independence League) under Kuomintang's direction, and the failure of Tran Trong Kim and his government under Japanese sponsorship are two early examples.

5. Following up on Nguyen Minh Chau's 1978 ground-breaking essay "Writ-

ing on the War," Hoang Ngoc Hien, a noted critic and literary figure, in the influential article "On a Characteristic of Our Recent Literature" published in September 1979 in *Van Nghe,* the national journal of literature and arts, argued that the problem was the inappropriate extension of a literary genre. Socialist realism, Hien wrote, "was a bogus concept that had brought untold pain to artists, scholars, and leaders. Initially it was unfurled as a flag to rally and invite. The trouble was, from being a mere rallying point, people wanted to turn it into a scientific concept, to call it the only writing methodology, and to transform it into an all-purpose instrument. The rationalization was untenable." His criticism, however, was not universally approved.

It was, and still is, an article of faith in Viet Nam that all activities are meaningless unless they support and subordinate themselves to the tasks of building the socialist future. The literary domain is no exception. Literature and arts are subordinated to politics. This situation, however, remains a lively issue in Viet Nam.

A Note on the Text and Translations

This anthology is the result of the work of many people, all of whom deserve our thanks. The original version of the anthology came as a typescript presented by Chinh Huu and Vu Tu Nam to David Hunt and Kevin Bowen in Hanoi in 1988. That first manuscript, clipped together and typed on fading onionskin paper, was a collection assembled by the noted Vietnamese poet and translator Anh Ngoc. This first grouping was the work of poets who had served as soldiers during the wars against the United States and France. This manuscript was subsequently supplemented in 1990 by later work by many of the same authors, written since the end of the American war in 1975. These two collections contained more than two hundred poems written by more than a hundred poets. Our chore was to glean from these the best of the poems, keeping in mind that we wanted poems that would represent the diverse experience of the Vietnamese through the wars and that would record the lives and feelings of soldiers and civilians through the period from 1945 to 1990. To that end, we searched numerous other collections and anthologies for poems that might also be included. Nguyen Ba Chung, Nguyen Quang Thieu, Pham Tien Duat, Nguyen Duy, Vu Tu Nam, Chinh Huu, and others offered great help in identifying other sources.

In the end, we decided on the seventy-nine poems you have before you. Consistent with our wish to draw out the experience of the Vietnamese over this period, we decided to structure the anthology chronologically and to weight it with poems that, because of their beauty and power and because of their significance to the times of their writing, *had* to be included. This meant that some writers are more heavily represented than others, a situation that would rarely be found in a Vietnamese anthology of the period. But we decided that this might not be a bad thing: one benefit would be that the reader would have the opportunity to view the evolution of the work of these particular writers over time, as well as the evolution of Vietnamese writing on war in general.

To help the reader place the poems and the poets in context, we have added biographical information at the end of the book, arranged alphabetically. Many of these notes have been drawn from a biographical dictionary of writers recently prepared by the Vietnamese Writers' Association.

The first rough drafts of these translations began in 1990 with Nguyen Ba Chung and Ngo Vinh Hai undertaking the initial work. When Nguyen Quang Thieu visited the Joiner Center in Boston in 1993, he joined the project. A grant from the Witter Bynner Foundation for Poetry in 1993 allowed us to move forward more aggressively, providing funding for Bruce Weigl and Kevin Bowen to visit Viet Nam to work with Thieu and for Thieu to return to Boston to work on revisions. The final versions of the translations represent our best collective effort. All of the poems have passed through the hands of the four translators. We thank George Evans, Chris Gompert, Ngo Vinh Hai, Yusef Komunya-haa, and Lucy Nguyen also for permission to use their versions of some of these poems in translation.

   The difficulties of translation from Vietnamese to English are well known. The rich rhythms and sound patterns of the Vietnamese do not always carry over into English. Vietnamese is a monosyllabic and tonal language, and many of these poems follow tonal patterns familiar to Vietnamese formal verse. We felt that rendering these patterns into English would be a difficult enterprise to begin with. Moreover, the rich allusive possibilities and syntactical density of the Vietnamese language, features that make these tonal plays work in Vietnamese, are not com-fortably imported into English verse. As a result, we have tried to choose poems that would be accessible to translation into English and whose music and imagery would remain powerful even when rendered in English. Where we have translated *luc bat,* the traditional Vietnamese form of alternating six and eight syllable lines, we have not adhered to a six-eight line, thinking it made little sense since English is neither monosyllabic nor tonal. Rather, we have tried to keep close to the spirit of the verse, making the lines sing in their own way in English. We realize the limitations to this but hope that by providing the reader with this bilingual text, we will inspire readers to attempt their own versions and to go further in efforts to investigate the works of these authors.

Mountain River

Nguyên Tiêu

Kim dạ nguyên tiêu nguyệt chính viên
Xuân giang xuân thủy tiếp xuân thiên
Yên ba thâm sứ đàm quân sự
Dạ bán quy lai nguyệt mãn thuyền.

1948

Rằm Tháng Giêng

Rằm xuân lồng lộng trăng soi
Sông xuân nước lẫn màu trời thêm xuân
Giữa giòng bàn bạc việc quân
Khuya về bát ngát trăng ngân đầy thuyền.

(nguyên văn bản chữ Hán, bản dịch của Xuân Thủy)

Full Moon in January

Now comes the first full moon of the year
Rivers rise in mists to join spring skies.
We talk of strategy in high places.
Yes, sell the compass, come on the boat of the full moon.

1948

Adapted from the Vietnamese by Kevin Bowen
(Original in Sino-Vietnamese, translated into Vietnamese by Xuan Thuy)

Tây Tiến

Sông Mã xa rồi tây tiến ơi!
Nhớ về rừng núi nhớ chơi vơi
Sài Khao sương lấp đoàn quân mỏi
Mường Lát hoa về trong đêm hơi
Dốc lên khúc khuỷu dốc thăm thẳm
Heo hút cồn mây súng ngửi trời
Ngàn thước lên cao ngàn thước xuống
Nhà ai Pha Luông mưa xa khơi

Anh bạn dãi dầu không bước nữa
Gục lên súng mũ bỏ quên đời!
Chiều chiều oai linh thác gầm thét
Đêm đêm Mường Hịch cọp trêu người

Nhớ ôi Tây tiến cơm lên khói
Lai Châu mùa em thơm nếp xôi

*

Doanh trại bừng lên hội đuốc, hoa
Kìa em xiêm áo tự bao giờ
Khèn lên man điệu nàng e ấp
Nhạc về Viên chăn xây hồn thơ

Người đi Châu Mộc chiều sương ấy
Có thấy hồn lau nẻo bến bờ
Có nhớ dáng người trên độc mộc
Trôi dòng nước lũ hoa đong đưa

*

Tây tiến đoàn binh không mọc tóc
Quân xanh màu lá dữ oai hùm
Mắt trừng gửi mộng qua biên giới
Đêm mơ Hà Nội giáng kiều thơm
Rải rác biên cương mồ viễn xứ
Chiến trường đi chẳng tiếc ngày xanh

Áo bào thay chiếu anh về đất
Sông Mã gầm lên khúc độc hành

*

Western Advance

Far from the Ma River our Western Advance troop march
To the mountains and forests we love—our home away from home.
In mists of Sai Khao, we camp to rest our tired feet.
In hot nights at Muong Lat we sit and watch the flowers bloom.
We climb up the ridge; the slope grows steeper.
Under the clouds, our rifles smell the deserted sky.
We crawl a thousand yards up, a thousand yards down,
Distant Pha Luong houses look out from the hazy rains.

A weather-beaten soldier halts his march;
He rests his head on his rifle, turns away from the world.
Day after day we hear the waterfall's great roar;
Night after night the tigers follow us to Muong Hich.

How we remember the Western Advance troop; the steaming rice,
The fragrant sticky rice in the mountain districts.

*

Torches and flowers light up the camp.
What beautiful garments she wears in the festival.
She looks so graceful, dancing to the *khen* flute's music,
Music following us on our way back to Vientiane.

That afternoon, a man leaves for Chau Moc;
His spirit is lost among far-away reeds and shores.
Did you see his silhouette from the boat,
Along the thick flowered banks down river?

*

Many of the Western Advance troop lose their hair;
They are the lions of the forest in their mountain-green uniforms.
Standing watch, their minds drift across borders;
When night falls, the beautiful young women of Ha Noi visit their dreams.

Graves sprinkled along the border lie in silence;
We throw ourselves into battles with no regrets.
In threadbare uniforms, some return to the earth;
The Ma River roars the solitary soldier's march.

*

Tây tiến người đi không hẹn ước
Đường lên thăm thẳm một chia phôi
Ai lên Tây tiến mùa xuân ấy
Hồn về Sầm Nứa chẳng về xuôi.

Phù lưu chanh, 1948

Joining the Western Advance troop, we make no promises.
The path we travel is long, with endless separations.
Those who join the Western Advance this spring
Set their mind toward Sam Nua, far from home.

Phu Luu Chanh, 1948

Translated by Nguyen Ba Chung

Màu Tím Hoa Sim

Khóc vợ Lê đỗ thị Ninh, mất ngày 29-5 Mậu tý.

Nàng có ba người anh đi bộ đội
Những em nàng có em chưa biết nói
Khi tóc nàng xanh xanh

Tôi
Người vệ quốc quân xa gia đình
Yêu nàng như tình yêu em gái
Ngày hợp hôn nàng không đòi may áo mới
Tôi mặc đồ quân nhân
Đôi giày đinh bết bùn đất hành quân
Nàng cười xinh xinh
Bên anh chồng độc đáo

Tôi ở đơn vị về
Cưới nhau xong là đi
Từ chiến khu xa nhớ về ái ngại
Lấy chồng đời chiến chinh
Mấy người đi trở lại
Lỡ khi mình không về
Thì thương người vợ bé bỏng chiều quê

Nhưng không chết người trai khói lửa
Mà chết người gái nhỏ hậu phương

Tôi về không gặp nàng
Má tôi ngồi bên mộ con đầy bóng tối
Chiếc bình hoa ngày cưới
Thành bình hương
Tàn lạnh vây quanh
Tóc nàng xanh xanh
Ngắn chưa đầy búi
Em ơi giây phút cuối
Không được nghe nhau nói

Không được trông nhau một lần

The *Sim* Flower Lavender

In memory of wife Le Do Thi Ninh who died 5/29 Mau Ty.

She had three brothers in the resistance army
And a few younger brothers and sisters still at home.
One, a baby. Her hair was a shining deep ebony stream.

A national guard away from home.
I loved her like a sister. She didn't
Ask for a new dress for her honeymoon.
I wore my guard uniform,
Boots caked in mud from battle.
She smiled—a gentle, graceful smile,
Beside an odd looking groom.

After the wedding I had to go,
Return to my unit.
In the mountain base, my heart ached with longing.
Married in wartime, how many men returned?
And if it were my fate that I wouldn't,
Pity the young wife waiting in the village at dusk in vain.

But death didn't come to the man at the front.
Death came to the woman who was left behind.

I returned to the village too late to see her,
I sat by the small grave shrouded in darkness.
The flower vase of our wedding day had become an incense pot
Steeped in cold ashes.
Her streaming black hair,
Still not long enough to tie into braids.
In the last minutes of her life
We couldn't speak.
We couldn't see each other one last time.

In those early days when we met you always loved the lavender *sim* flower.
Your shirt was *sim* flower lavender.
In those early days, you leaned to the lamp late into the night,
Bending your thin figure to mend a husband's shirt.

Ngày xưa nàng yêu hoa sim tím
Áo nàng màu tím hoa sim
Ngày xưa đèn khuya bóng nhỏ
Nàng vá cho chồng tấm áo ngày xưa

Một chiều rừng mưa
Ba người anh từ chiến trường Đông bắc
Biết tin em gái mất
Trước tin em lấy chồng

Gió sớm thu về rờn rợn nước sông
Đứa em nhỏ lớn lên
Ngỡ ngàng nhìn ảnh chị
Khi gió sớm thu về
Cỏ vàng lan mộ chí

Chiều hành quân qua những đồi hoa sim
Những đồi hoa sim
Những đồi hoa sim dài trong chiều không hết
Màu tím hoa sim tím chiều hoang biền biệt
Nhìn áo rách vai tôi hát trong màu hoa
"Áo anh sứt chỉ đường tà
Vợ anh mất sớm mẹ già xa lâu".

Nghệ an, 1949

One afternoon, deep in the forest rain,
Three brothers on the Northeast front
Heard news of their sister's death
Before they heard news of her wedding.

The autumn winds came early, rippled the river's face.
A younger sister grew up
Staring puzzled into the photograph of an older sister's face.
When the early autumn wind arrives,
The yellowing grasses creep over that mound of earth.

On the march, afternoons
I'll pass through *sim* flower fields.
Hills of *sim* flowers
Stretching and stretching,
In an afternoon that seems endless.
Their lavender shrouds the dusk of an immeasurable darkness.

Feeling my shirt, I hum softly among the *sim* flowers:
"The seam of my shirt is torn.
My mother is far away and my wife gone."

Nghe An, 1949

Translated by Nguyen Ba Chung with Kevin Bowen

Những Ngày Xưa Thân Ái

Tôi bắn hắn rồi
Những ngày xưa thân ái
Không ngăn nổi tay tôi.

Những ngày xưa thân ái
Chắc hắn quên rồi,
Riêng tôi, tôi nhớ:
Đồng vàng mênh mông biển lúa
Sương mai đắp trắng cỏ đường
Hai đứa tôi
Sách vở cặp chung
Quần áo nhầu giấc ngủ
Song song bước nhỏ chân trần
Gói cơm mo mẹ vắt xách tùng tơn
Nón rộng thòng quai
Trong túi hộp diêm nhốt dế
Những ngày xưa đẹp thế
Không đem chung hai đứa một ngày mai

Hắn bỏ làng theo giặc mấy năm nay,
Tôi buồn tôi giận,
Đêm nay gặp hắn,
Tôi bắn hắn rồi.
Những ngày xưa thân ái
Không ngăn nổi tay tôi.

Xác hắn nằm bờ ruộng
Không phải hắn thuở xưa!
Tôi cứ nhìn mặt hắn
Tiếc hắn thời ấu thơ.

1950

Beautiful and Loving Days Gone By

I shot him.
The beautiful and loving days gone by
Could not stop me.
Perhaps he had forgotten those days,
But I remember still
The rice fields of my village, the endless sea of rice,
The morning dew like pearls on the sides of the road,
And the two of us,
Our school books together in one bag,
Our clothes rumpled by sleep,
Our bare feet moving side by side.
In our swinging hands, the handful of rice
Our mothers rolled into a leaf of the areca palm.
Our wide conical hats had long chin straps.
In our pockets, a matchbox, a cricket inside . . .
How beautiful, how gentle the days gone by.
And yet those days held no future for us.
Many years ago
He left our village to join the enemy.
I'm sad and I'm angry.
I met him.
I shot him.
The beautiful and loving days gone by
Could not stop me.

His body lay on the dike,
No longer the boy I had known.
I looked at his face
Grieved for the boy I had lost.

1950

Translated by Nguyen Ba Chung, Nguyen Quang Thieu, and Bruce Weigl

Nhớ

Ngôi sao nhớ ai mà sao lấp lánh
Soi sáng đường chiến sĩ giữa đèo mây
Ngọn lửa nhớ ai mà hồng đêm lạnh
Sưởi ấm lòng chiến sĩ dưới ngàn cây

Anh yêu em như anh yêu đất nước
Vất vả đau thương tươi thắm vô ngàn
Anh nhớ em mỗi bước đường anh bước
Mỗi tối anh nằm mỗi bữa anh ăn

Ngôi sao trong đêm không bao giờ tắt
Chúng ta yêu nhau chiến đấu suốt đời
Ngọn lửa trong rừng bập bùng đỏ rực
Chúng ta yêu nhau kiêu hãnh làm người.

1951

Remembering

Who does the star remember when it shines
To light the soldiers' way on the mountain pass?
Who does the flame remember when it makes the cold night glow
And warms the soldier's heart beneath the trees?

I love you as I love our country,
In pain, hardship and with great passion.
Every step I take you are in my thoughts,
Every meal I eat, every night I sleep.

The star never dims.
We'll fight all our lives for our love.
The fire in the forest flickers its red flame.
We love each other, and we are proud to be human.

1951

Translated by Nguyen Ba Chung, Nguyen Quang Thieu, and Bruce Weigl

Nhớ Miền Đông

Chưa chi mà đã nhớ miền Đông
Cứ muốn ghì ôm lấy núi rừng
Ôi ! tiếng chim hoàng[1] kêu buổi sáng
Nỉ non trong lá vượn ru con.

Ta sắp xa rồi ! Ta sắp xa !
Những chiều rừng thẳm gió bao la
Bập bùng ngọn lửa trong lều nhỏ
Vang tiếng bầy voi giữa rú già.

Những buổi vai mang nặng gánh mì
Trảng xa ngập nước mỏi chân đi
Nhưng trưa tranh cắt mình đau xót
Nhà cất lên rồi lại dọn đi

Nửa đĩa cơm chia đỡ đói lòng
Phá rừng gai móc xé da lưng
Mồ hôi đổ xuống xe lòng đất
Cho lúa khoai lên mướt rẫy vồng

Cơn sốt nằm run đến sập giường
Rét xong lại dậy cuốc như thường
Miền Đông "gian khổ mà anh dũng"
Đôi lúc tương tư một tán đường.

Lá đa chua chua, củ chụp[2] bùi
Nhiều khi cơm lạt vẫn cười vui
Tòn ten chiếc võng trong giờ nghỉ
Mẩu thuốc tàn chia bập mấy người.

Ấm sao tình bạn lính miền Đông
Một bước xa đi nhớ núi rừng
Men mét làn da cười nghèn nghẹn
Ra đi kết nghĩa với bàng dưng[3]

21-10-1952

---

1. *chim "Hoàng cao lác"*

2. *củ chụp: củ khoai mài*

3. *bàng dưng: chỉ vùng khu tám, Đồng tháp mười, nơi lắm bàng dưng (loại cỏ để lợp nhà, dệt chiếu).*

Missing the Eastern Region

How much I miss the Eastern region,
Long to touch its hills and forests again,
To hear the Hoang bird's song at dawn
The gibbons' sad cry at night.

I'm about leave! I'm about to leave!
Dusk, the forest deep, the wind endless.
In the small tent a fire flickers;
Elephants cry out from the jungle.

Those afternoons, baskets of manioc hung on my shoulders,
That flat stretch of flooded land, my feet so sore.
Those hot days we hammered down trees for thatch,
Then the huts just up, we had to move again.

We shared a half bowl of rice to fight off hunger.
We cleared forests, our backs slashed by thorns.
Our sweat watered the ground, our hearts burned.
The rice and sweet potatoes greened and grew.

We woke in fever, our bodies shaking;
The chill over, we rose to the hoe.
The Eastern region, "hard-pressed but heroic."
Sometimes our only thought: a single grain of sugar.

The mangosteen leaves so bitter, but the yam roots so sweet.
Eating our bland rice, we laughed.
We swung in our hammocks, found rest
In the half-smoked cigarette passed between us.

How great the friendship of soldiers in the Eastern region;
The further I go, the more I miss its mountains and forests.
Even when our pale skin turned yellow, our smiles fought back tears.
Now I leave to make friends with the tall grass of the lowlands.

October 21, 1952

Translated by Nguyen Ba Chung and Kevin Bowen

Đêm Nay Bác Không Ngủ

Anh đội viên thức dậy
Thấy trời khuya lắm rồi
Mà sao Bác vẫn ngồi
Đêm nay Bác không ngủ

Lặng yên như bếp lửa
Vẻ mặt Bác trầm ngâm
Ngoài trời mưa lâm thâm
Mái lều gianh xơ xác

Anh đội viên nhìn Bác
Càng nhìn lại càng thương
Người cha mái tóc bạc
Đốt lửa cho anh nằm

Rồi Bác đi dém chăn
Từng người từng người một
Sợ cháu mình giật thột
Bác nhón chân nhẹ nhàng

Anh đội viên mơ màng
Như nằm trong giấc mộng
Bóng Bác cao lồng lộng
Ấm hơn ngọn lửa hồng

Thốn thức cả nỗi lòng
Thầm thì anh hỏi nhỏ
—Bác ơi, Bác chưa ngủ
Bác có lạnh lắm không?

—Chú cứ việc ngủ ngon
Ngày mai đi đánh giặc
Vâng lời anh nhắm mắt
Nhưng bụng vẫn bồn chồn

Không biết nói gì hơn
Anh nằm lo Bác ốm
Lòng anh cứ bề bộn
Vì Bác cứ thức hoài

Uncle Doesn't Sleep Tonight

The soldier wakes.
It's late, very late,
But Uncle is still up.
Tonight, Uncle doesn't sleep.

Quiet as the cooking fire,
Uncle is lost in thought.
Outside it rains steadily
On the ragged thatched hut.

The soldier watches Uncle.
The more he looks, the more love he feels.
The white haired father
Lights a fire for the soldier's sleep.

Then Uncle tucks the blanket in
For each and everyone.
He steps very softly,
So as not to startle the soldiers.

The soldier is half asleep,
As if dreaming.
Uncle's shadow towers
Warmer than the flames.

The soldier's heart is deeply touched;
He whispers
"Uncle, you're still up;
Aren't you cold?"

"Dear son," Uncle says, "sleep well,
Tomorrow we'll fight again."
Listening to Uncle, the soldier closes his eyes,
But his heart stays restless.

There is nothing more the soldier can say.
He worries that Uncle will get sick.
Because Uncle stays awake,
The soldier's heart is tied in knots.

Chiến dịch hãy còn dài
Đường lắm dốc lắm ụ
Đêm nay Bác không ngủ
Lấy sức đâu mà đi

. . . Lần thứ ba thức dậy
Anh hốt hoảng giật mình
Bác vẫn ngồi đinh ninh
Chòm râu im phăng phắc

Anh vội vàng nằng nặc
—Mời Bác ngủ Bác ơi
Trời sắp sáng mất rồi
Bác ơi, mời Bác ngủ.

—Chú cứ việc ngủ ngon
Ngày mai đi đánh giặc
Bác thức thì mặc Bác
Bác ngủ không yên lòng

Bác thương đoàn dân công
Đêm nay ngủ ngoài rừng
Rải lá cây làm chiếu
Manh áo phủ làm chăn

Trời thì mưa lăn thăn
Làm sao cho khỏi ướt
Càng thương càng nóng ruột
Mong trời sáng mau mau

Anh đội viên nhìn Bác
Bác nhìn ngọn lửa hồng
Lòng vui sướng mênh mông
Anh thức luôn cùng Bác

Đêm nay Bác ngồi đó
Đêm nay Bác không ngủ
Vì một lẽ thường tình
Bác là Hồ Chí Minh.

1951

The campaign will last long.
The forest has many passes and hills.
If Uncle stays up all night,
How will he have strength to walk?

A third time the soldier wakes,
Suddenly startled.
Uncle sits statuelike,
His beard unmoving.

The soldier insists
"Uncle, please, rest,
It's almost daylight.
Please Uncle, sleep."

"Dear son, you sleep well.
Tomorrow you'll go to battle.
Don't worry about me.
I'm not calm enough for sleep."

Uncle thinks of the conscripted workers
Who sleep in the forest tonight,
Who spread leaves to make a bed,
Only their coats for a blanket.

It had rained steadily
And they couldn't avoid getting wet.
The more Uncle thinks of them, the more he worries,
Wishing for daylight to come.

The soldier looks at Uncle.
Uncle looks at the fire.
In deep joy
The soldier stays up with Uncle.

All night Uncle sits.
Tonight, Uncle doesn't sleep
For one simple reason:
Uncle is Ho Chi Minh.

1951

Translated by Nguyen Ba Chung, Nguyen Quang Thieu, and Bruce Weigl

Chiều Mưa Đường Số 5

Chiều mưa đồng rạ trắng
Đất tề sông quạnh vắng
Ngồi kín dưới nhà gianh
Nghe gió lùa vắng lặng
Chiều mưa đường số 5
Đôi mắt sao đăm đăm
Chứa cả trời mây nặng
Miền Việt bắc xa xăm
Ôi núi rừng thương nhớ
Rét mướt đã hai năm
Chiều mưa ngàn mai nở
Hoa phới bay màu xuân
Bếp sàn gây ngọn lửa
Chén trà ngát tình dân
Chiều mưa lùa các cửa
Ngày bộ đội hành quân
Mẹ già không nói nữa
Nước mắt nhìn rân rân . . .
Ôi đâu rồi sơn nhân
Đâu rồi anh du kích
Chiều mưa manh áo rách
Vác súng vượt lên đèo
Giao thông qua mũi địch
Đâu rồi "nhình" với "a"
Tiếng cười reo khúc khích
Đón chiến sĩ quay về
Sau trận đi phục kích
Chiều mưa giã gạo mau

Afternoon Rain on Route 5

Afternoon rain soaked
The white stubbled field.
In the occupied land, the river was still.
Many soldiers crowded
Under the thatched roof
To hear the cold wind blow quietly.
Afternoon rain on Route 5.
All eyes in a distant stare
Taking in the whole sky,
The heavy clouds of our distant
Base at Viet Bac,
The lovely mountains and forests
Where we suffered cold and rain.
For two years we suffered.
In the afternoon rain a thousand
Mai flowers blossomed, their petals
Bringing the color of spring.
Someone lit a fire on the stove,
The fragrance of tea like the villagers' love,
Breath of rain through the windows.
The day the soldiers left
The old mother fell silent,
Her eyes wet with tears.
Oh where are the people of the mountain?
Where are the guerrillas dressed
In torn clothes in the rain?
Rifles shouldered, they climbed
The pass, breaking through enemy lines.
Where were you and I
When we laughed and giggled, waiting
For the soldiers after the ambush?

Route 5 is the road from Hanoi to Hai Phong. During the French occupation it was
under constant attack by the Resistance. Viet Bac, or Northern Viet, was the main
Resistance base.

Chầy tập đoàn thình thịch
Ôi núi thẳm rừng sâu
Trung đội cũ về đâu
Biết chăng chiều mưa mau
Nơi đây chăn giá ngắt
Nhớ cái rét ban đầu
Thắm mối tình Việt bắc.

In the rain, the rice threshers hurried,
The pestles pounding, pounding
Thunk, Thunk in unison.
Oh high mountains, deep forests,
Where is my old platoon?
Do you know that the rain quickens
Here where this thin cold blanket
Reminds me of that first coldness
So I feel the love
Of the people of Viet Bac.

Translated by Nguyen Ba Chung, Nguyen Quang Thieu, and Bruce Weigl

Phạm Hồng Thái

Sống, chết, được như Anh
Thù giặc, thương nước mình
Sống, làm quả bom nổ
Chết, như giòng nước xanh !

1956

Năm 1924, liệt sĩ Phạm Hồng Thái dùng bom mưu giết Méclanh, viên toàn quyền Đông Dương lúc y ghé qua Sa Điện ở Quảng Châu, Trung Quốc. Việc không thành, Phạm Hồng Thái nhảy xuống Châu Giang tự vẫn.

Pham Hong Thai

Live and die as you live and die—
Hate the enemy, love your country
Live—your life explodes like a bomb
Die—your death waltzes in a blue river.

1956

Translated by Nguyen Ba Chung

In 1924 Pham Hong Thai plotted to assassinate Merlin, governor of Indochina, with a bomb when he stopped at Sa Dien in Quang Chau, China. When the attempt failed, Pham Hong Thai drowned himself in the Chau Giang River to avoid capture.

Núi Đôi

Bảy năm về trước, em mười bảy
Anh mới đôi mươi trẻ nhất làng
Xuân dục Đoài đông, hai cánh lúa
Bữa thì anh tới bữa em sang

Lối ta đi giữa hai sườn núi
Đôi ngọn nên làng gọi núi Đôi
Em vẫn đùa anh: Sao khéo thế
Núi chồng núi vợ đứng song đôi

Bỗng cuối mùa chiêm quân giặc tới
Ngõ chùa cháy đỏ những thân cau
Mới ngỏ lời thôi đành lỡ hẹn
Đâu ngờ từ đó bặt tin nhau

Anh vào bộ đội lên Đông bắc
Chiến đấu quên mình năm lại năm
Mỗi bận dân công về lại hỏi
Ai người Xuân dục Núi Đôi chăng?

Anh nghĩ quê ta giặc chiếm rồi
Trăm nghìn căm uất bao giờ nguôi
Mỗi tin súng nổ vùng đai địch
Sương trắng người đi lại nhớ người

Đồng đội có nhau thường nhắc nhở
Trung du làng nước vẫn chờ trông
Núi Đôi bốt dựng kề ba xóm
Em vẫn đi về những bến sông?

Náo nức bao nhiêu ngày trở lại
Lệnh trên ngừng bắn anh về xuôi
Hành quân qua tắt đường sang huyện
Anh ghé thăm nhà, thăm núi Đôi

The Couple of the Mountains

Seven years ago you were seventeen
And I had just turned twenty.
Xuan-Duc and Doai-Dong, two villages, two rice fields.
One day you would come to me,
And one day, I to you.

On the path between the mountains
The villagers called Mountains of the Lovers
You teased me about how clever Heaven was
To have created the husband and wife mountains
Side by side.

During summer rice harvest
The enemy came.
Trees burned in the pagoda hamlet.
We had just proposed, but lost our chance to marry.
Since then, we've been apart.
I joined the forces that went northeast.
Year after year I fought, not thinking of myself.
When I'd meet conscripted workers at the front
I'd ask if they knew of Xuan-Duc and Doai-Dong.

I thought our village could be occupied by the enemy.
The hundred thousand hatreds
And indignations would never go away.
When fog surrounds this place of our enemy
I feel alone, apart from the world
And I long for you who I left behind.

Comrades in my unit tell each other
That our midland villages still wait for us.
I wonder: Do you still cross back and forth
On the river between our two mountains?

For days we were anxious to go home
Until the order for cease-fire finally came.
We took the fast way, across the district's river.
I stopped to visit my family and the two mountains.
I stood on the pier over the pond.

Mới đến đầu ao, tin sét đánh
Giặc giết em rồi dưới gốc thông
Giữa đêm bộ đội vây đồn Thứa
Em sống trung thành chết thủy chung

Anh ngước nhìn lên hai dốc núi
Hàng thông, bờ cỏ, con đường quen
Nắng lụi bỗng dưng mờ bóng khói
Núi vẫn đôi mà anh mất em !

Dân chợ Phù ninh ai cũng bảo
Em còn trẻ lắm, nhất làng trong
Mấy năm cô ấy làm du kích
Không hiểu vì sao chẳng lấy chồng

Từ núi qua thôn đường nghẽn lối
Xuân dục Đoài đông cỏ ngút đầy
Sân biến thành ao, nhà đổ cháy
Ngổn ngang bờ bụi, cánh dơi bay

Cha mẹ dìu nhau về nhận đất
Tóc bạc thương từ mỗi gốc cau
Nửa gianh nửa mái lều tre tạm
Sương nắng khuây dần chuyện xót đau

Anh nghe có tiếng người qua chợ
Ta gắng mùa sau lúa sẽ nhiều
Ruộng thấm mồ hôi từng nhát cuốc
Làng ta rồi đẹp biết bao nhiêu

Nhưng núi còn kia anh vẫn nhớ
Oán thù còn đó, anh còn đây
Ở đâu cô gái làng Xuân dục
Đã chết vì dân giữa đất này ?

Ai viết tên em thành liệt sĩ
Bên những hàng bia trắng giữa đồng
Nhớ nhau anh gọi: em, đồng chí
Một tấm lòng trong vạn tấm lòng

Then news like lightning came
That under the pine trees
The enemy had killed only you.
Midnight, troops had surrounded Thua military post.
You lived loyally and died faithfully.

I look up at the two mountains:
Rows of pine trees, lush grass grown over our path,
The dusted sunlight suddenly dim with smoke.
The mountains have stayed together, but I lost you.

In Phu Ninh market
People said you were the youngest girl
In the village to become a guerrilla.
They wondered why you never married.

From the mountains to the river, the road is blocked.
Xuan-Duc and Doai-Dong are thick with wild grass.
Bomb-cratered yards have become ponds; houses burn,
Destroyed in the dust and broken tile.

Our white-haired parents help each other return.
They love every root of every tree.
From bamboo trees they build temporary huts.
Gradually, day by day, night by night, they forget their grief.

On the way to the market I heard someone say
That the next harvest would bring much rice.
The mountains stay side by side,
And I won't forget our love.
As long as the enemy is here, I will fight.

On the white steles in the center of the field
The villagers wrote your name as a heroine:
"Here the girl of Xuan-Duc died
For the happiness of the people of this land."

Reading your name, I wanted you back.
I love you. I call to you as a comrade,
One heart in a thousand hearts.

Anh đi bộ đội, sao trên mũ
Mãi mãi là sao sáng dẫn đường
Em sẽ là hoa trên đỉnh núi
Bốn mùa thơm mãi cánh hoa thơm.

1956

Red star on my hat
Always guiding my way,
I joined the troops.
You are the flower on top of the mountain.
In all seasons, you send your fragrance out.

1956

*Translated by Ngo Vinh Vien, Nguyen Thanh, Nguyen Quang Thieu, and
Bruce Weigl*

Đêm Sao Sáng

Đêm hiện dần lên những chấm sao
Lòng trời đang thấp bỗng nhiên cao
Sông Ngân đã tỏ đôi bờ lạnh
Ai biết cầu Ô ở chỗ nào ?

Tìm mũ Thần Nông chẳng thấy đâu
Thấy con vịt lội giữa giòng sâu
Sao Hôm như mắt em ngày đấy
Rớm lệ nhìn tôi bước xuống tàu

Chùm sao Bắc Đẩu sáng tinh khôi
Lộng lẫy uy nghi một góc trời
Em ở bên kia bờ vĩ tuyến
Nhìn sao thao thức mấy năm rồi !

Sao đặc trời, sao sáng suốt đêm
Sao đêm chung sáng chẳng chia miền
Trời còn có bữa sao quên mọc
Anh chẳng đêm nào chẳng nhớ em.

12-1957

Bright Starry Night

Night comes, stars slowly rise.
Along the cold banks of the Milky Way.
The horizon churns suddenly black.

I think of your hat, Nong.
A lone duck swims away.
These stars are your tears.
Your eyes watching me leave.

The North Star shines bright; one star
That fills a corner of heaven.
You are far away, deep across the dividing latitudes.
How many sleepless nights must I endure?

Some stars burn close all night—
They flicker and never part.
Some nights they forget to rise.
But there is no night that I don't think of you.

December 1957

Translated by Thuy Hunt, Norm Oppegard, and Bruce Weigl

Quê Hương

Thuở còn thơ ngày hai buổi đến trường
Yêu quê hương qua từng trang sách nhỏ
"Ai bảo chăn trâu là khổ"
Tôi mơ màng nghe chim hót trên cao
Những ngày trốn học
Đuổi bướm cầu ao
Mẹ bắt được . . .
Chưa đánh roi nào đã khóc !
Có cô bé nhà bên
Nhìn tôi cười khúc khích . . .
Cách mạng bùng lên
Rồi kháng chiến trường kỳ
Quê tôi đầy bóng giặc
Từ biệt mẹ, tôi đi
Cô bé nhà bên (có ai ngờ)
Cũng vào du kích
Hôm gặp tôi vẫn cười khúc khích
Mắt đen tròn (thương thương quá đi thôi)
Giữa cuộc hành quân không nói được một lời
Đơn vị đi qua tôi ngoái đầu nhìn lại
Mưa đầy trời nhưng lòng tôi ấm mãi . . .

Hòa bình tôi trở về đây
Với mái trường xưa, bãi mía, luống cày
Lại gặp em
Thẹn thùng nép sau cánh cửa
Vẫn khúc khích cười khi tôi hỏi nhỏ
Chuyện chồng con (khó nói lắm anh ơi !)
Tôi nắm bàn tay nhỏ nhắn ngậm ngùi
Em vẫn để yên trong tay tôi nóng bỏng . . .

Hôm nay nhận được tin em
Không tin được dù đó là sự thật
Giặc bắn em rồi, quăng mất xác
Chỉ vì em là du kích, em ơi
Đau xé lòng anh chết nửa con người !

Native Village

As a boy I went to school twice a day.
From the pages of my school book
I learned to love my native village:
"Who says tending the water buffalo is a hard life?"
I listened to bird song from the trees as if in a dream.
Some days I played truant from school,
Catching butterflies by the pond
Until my mother caught me.
Although she didn't use the whip, I cried.
The little girl next door
Looked at me and laughed and I was ashamed.
Then the revolution,
The long war started
And my native village was filled
With the shadows of the enemy.
Leaving my mother, I went away.
Who could believe the little girl next door
Also joined the guerrillas?
The day we met she laughed again,
Her lovely eyes wide and black.
As we moved toward battle, I couldn't say a word.
As my unit passed, I turned my head.
The sky was full of rain but my heart was warm.

In peace I returned
To the old school, the plowed fields, and sugar cane.
Again we met.
Ashamed, she hid behind the door . . .
When I whispered, "Are you married?"
She laughed. "I don't know what to say," she said.
Grieving, I held her small hand in mine;
Her hand stayed in my burning hand.

Xưa yêu quê hương vì có chim có bướm
Có những ngày trốn học bị đòn roi
Nay yêu quê hương vì trong từng nắm đất
Có một phần xương thịt của em tôi.

1960

Today I heard news of her
That I can't believe though I know it is true.
Because she was a partisan
They shot her dead and threw her body away.
I feel half dead myself, my heart nothing but pain.
When I was young, I loved my native village,
Its birds and butterflies,
All my truant days from school.
I love my native village, every clod of earth
Where the flesh and blood of my sister lie.

1960

Translated by Nguyen Ba Chung, Nguyen Quang Thieu, and Bruce Weigl

Về Tuyên

Đêm nay ta về nằm với Tuyên Quang,
Nằm với sông Lô chảy ở đầu giường,
Nằm với dưới kia Cây đa Nước chảy,
Phía trên là Cây số bảy Hà Giang.

Đêm nay ta về nằm với những năm
Kháng chiến gian lao gió núi mưa dầm,
Lá mưa rì rầm trời như ngâm nước,
Cơ quan trong rừng đêm buốt xuyên chăn.

Đêm nay ta về nằm lại với ta,
Áp tai xuống giường, yêu mến bao la,
Thấm thía lại những ngọt bùi kháng chiến,
Từ phố Tam Cờ qua xóm Ỷ La.

Một khúc sông Lô, đôi bờ xanh mướt,
Ngô khẽ lay cờ, mía ken lá sắc,
Đường sâu quanh quất, nhà nhỏ xóm thưa,
Đi về này những lối này năm xưa.

Đất nước ơi, ta quyện với mình chặt lắm
Nên đi rồi, lòng không thể gỡ ra.
Tuyên Quang, Tuyên Quang, đâu là mình,

                                đất thắm,

Và phần nào là hồn thắm của ta ?

Tuyên Quang 1-1960

Return to Tuyen

Tonight I will come to stay at Tuyen Quang.
The Lo River will rumble beyond my bed
By the banyan tree where the water passes
Not far from the seventh kilometer post at Ha Giang.

Tonight I stay to be reminded of the years—
The cliff winds, the endless rains in the Resistance,
The pattering drizzles and the wet
In the mountain hideout, cold cutting through the blanket.

Tonight I return to be reminded of my old self
Ear pressed against the bed, heart filled with passion.
Remembering the bittersweet time of the Resistance
From Tam Co Street to Y La hamlet.

The bank of the Lo River is now deep green.
The corn flags flutter, the sugar cane leaves spike razor sharp.
Paths lead in all directions, dots of houses here and there;
I walk again on the old dirt roads.

Hills and rivers—our paths have never parted.
Even when I left, they stayed with me.
Tuyen Quang, Tuyen Quang—which am I, which the land?
And which is the infinite part of me?

Tuyen Quang January 1960

Translated by Nguyen Ba Chung

Bao Giờ Trở Lại

Các anh đi
Ngày ấy đã lâu rồi
Xóm làng tôi còn nhớ mãi
Các anh đi
Bao giờ trở lại
Xóm làng tôi trai gái vẫn chờ mong.
Làng tôi nghèo
Nho nhỏ bên sông,
Gió bắc lạnh lùng
Thổi vào mái rạ.
Làng tôi nghèo
Gió mưa tơi tả,
Trai gái trong làng vất vả ngược xuôi.
Các anh về mái ấm nhà vui
Tiếng hát câu cười
Rộn ràng xóm nhỏ
Các anh về tưng bừng trước ngõ
Lớp lớp đàn em hớn hở theo sau
Mẹ già bịn rịn áo nâu
Vui đàn con nhỏ rừng sâu mới về.
Từ lưng đèo
Dốc núi mù che
Các anh về
Xôn xao làng tôi bé nhỏ
Nhà lá đơn sơ
Nhưng tấm lòng rộng mở
Nồi cơm nấu dở
Bát nước chè xanh
Ngồi vui kể chuyện tâm tình bên nhau
Anh giờ đánh giặc nơi đâu
Chiềng Vang, Vụ Bản hay vào Trị thiên ?
Làng tôi thắng lợi vụ chiêm
Lúa thêm xanh ngọn, khoai thêm thắm vồng
Giảm tô hai vụ vừa xong
Đêm đêm ánh đuốc dân công rực đường
Dẫu rằng núi gió đèo sương
So anh máu nhuộm chiến trường thấm chi

When Will You Return?

A long time since you all left.
My village will always remember you.
And now that you're gone,
When will you return?
The young men and women of our village still wait.
Our village is poor—
A small place by the river.
North winds bring the cold
And rake through the thatched roofs.
Our village is poor,
Our houses only rags
Under the slashing wind and rain.
The men and women work long and hard,
Day and night.
Your return will bring warmth and joy;
Songs and laughter
Will fill the village.
Your return will bring cheers to the village gate.
Waves of children will follow behind you.
Old mothers in plain brown clothes will long to be at your side,
Overjoyed at their sons' return.
From distant jungles,
From misty slopes
And mountain passes
You will return
Bringing a happy commotion to our small village.
We have only simple thatched huts,
But our hearts stay open wide.
Pots of rice cook
And bowls of green tea brew.
We'll crowd together to share intimate stories
Of where you fought the enemy for so long.
Was it in Chieng Vang, Vu Ban, or Tri Thien?
Our village reaps a good second harvest.
The rice stalks green now; the sweet potatoes tender.
Two harvests pass, taxes reduced.

Bấm tay tính buổi anh đi
Mẹ thường vẫn nhắc: biết khi nào về ?
Lúa xanh xanh ngát chân đê
Anh đi là để giữ quê quán mình
Cây đa, bến nước, sân đình
Lời thề nhớ buổi mít tinh lên đường
Hoa cau thơm ngát đầu nương
Anh đi là giữ tình thương dạt dào.

Các anh đi
Khi nào trở lại
Xóm làng tôi
Trai gái vẫn chờ mong
Chờ mong chiến dịch thành công
Xác thù chất núi bên sông đỏ cờ
Anh đi chín đợi mười chờ
Tin thường thắng trận, bao giờ về anh ?

Every night torches light the road
For conscripted workers from the village.
The mountain winds of the chilling passes
Are nothing compared to the blood you shed on the battlefield.
Counting on her fingers the days since you left,
Mother always asks
When you will return to our village.
The paddies are emerald green along the dikes.

You left to protect our village, our land,
The banyan tree, the dock, and the village courtyard.
We remember the vows you made before you left.
You left to keep those vows,
And to keep the love of the people forever.
The fragrance of areca flowers
Spreads further and further
To where the rice fields open.

You left.
When will you return?
The young men and women still wait in our village.
They wait until the campaign is triumphant.
By the river, under the red flag raised,
Is a mountain of fallen enemy soldiers.

You left. Day and night we wait.
When will we hear news of victory from you?

Translated by Nguyen Ba Chung, Nguyen Quang Thieu, and Bruce Weigl

Viếng Bạn

Hôm qua còn theo anh
Đi ra đường quốc lộ
Hôm nay đã chặt cành
Đắp cho người dưới mộ

Đứa nào bắn anh đó
Súng nào nhằm trúng anh
Khôn thiêng xin chỉ mặt
Gọi tên nó ra anh

Tên nó là đế quốc
Tên nó là thực dân
Nó là thằng thổ phỉ
Hay là đứa Việt gian?

Khóc anh không nước mắt
Mà lòng đau như thắt
Gọi anh chửa thành lời
Mà hàm răng dính chặt

Ở đây không gỗ ván
Vùi anh trong tấm chăn
Của đồng bào Cửa Ngăn
Tặng tôi ngày phân tán

Mai mốt bên cửa rừng
Anh có nghe súng nổ
Là chúng tôi đang cố
Tiêu diệt kẻ thù chung.

Condolence to a Friend

Yesterday, I still followed you
To the National road.
Today I cut a branch
To hide the grave of a friend.

Who took that fatal shot?
What gun hit the mark?
Please, sacred spirit, show me
The murderer; call out his name.

He's an imperialist.
He's a colonialist.
He's a bandit,
Or a traitor.

Without tears I wept for you,
But my heart was cut to shreds.
Inside I called to you,
My jaw clenched shut.

We had no wood, no planks,
So we buried you in a blanket
The people of Cua Ngan gave me
When I had to flee.

Someday, if you hear the sound of gun fire
Where the forest opens,
Please know that we're there, trying hard
To drive out our common enemy.

Translated by Nguyen Ba Chung, Nguyen Quang Thieu, and Bruce Weigl

Tiếng Bom Ở Seng Phan

Tôi từ xa Seng Phan
Nghe bom giội đêm ngày
Âm i tiếng tàu bay
Vọng vào trí nhớ

Tôi đến gần Seng Phan
Nghe cây ầm ầm đổ
Cốc chén chẳng nằm yên
Lung lay cả ngọn đèn
Tiếng bom như tiếng thú

Tôi đứng giữa Seng Phan
Cao hơn tiếng bom là khe núi tiếng đàn
Tiếng mìn công binh đánh đá
Tiếng điếu cày rít lên thong thả . . .
Tiếng oai nghiêm xe rú máy trên đường . . .

Thế đấy, giữa chiến trường
Nghe tiếng bom rất nhỏ.

Seng Phan 12-1963

Bombing at Seng Phan

Far from Seng Phan
I hear bombs exploding day and night,
Sounds of low howling planes
Echo in my head.

Closer, I hear a slow rumble,
Trees wrenched from the ground.
Cups and glasses shake,
Kerosene lamps tremble,
Bombs fall like wild beasts.

I stand at Seng Phan,
But greater than the sounds of bombs is the music from the caves,
Is the sound of the mines of the combat engineers exploding,
The sound of the slow drawing of the water pipe,
The sound of the great whine of the trucks heading up the road.

In the battle zone,
The sound of bombing seems so small.

Seng Phan, December 1963

Translated by Nguyen Quang Thieu, Nguyen Ba Chung, and Kevin Bowen

Cuộc Chia Ly Màu Đỏ

Đó là cuộc chia ly chói ngời sắc đỏ
Tươi như cánh nhạn lai hồng
Trưa một ngày sắp ngả sang đông
Thu, bỗng nắng vàng lên rực rỡ
Tôi nhìn thấy một cô áo đỏ
Tiễn đưa chồng trong nắng vườn hoa
Chồng của cô sắp sửa đi xa
Cùng đi với nhiều đồng chí nữa
Chiếc áo đỏ rực như than lửa
Cháy không nguôi trước cảnh chia ly
Vườn cây xanh và chiếc nón kia
Không dấu nổi tình yêu cô rực cháy
Không che được nước mắt cô đã chảy
Những giọt long lanh nóng bỏng sáng ngời
Chảy trên bình minh đang hé giữa làn môi
Và rạng đông đã bừng trên nét mặt
—Một rạng đông với màu hồng ngọc-
Cây si xanh gọi họ đến ngồi
Trong bóng rợp của mình nói tới ngày mai

Ngày mai sẽ là ngày xum họp
Đã tỏa sáng. Những tâm hồn cao đẹp !
Nắng vẫn còn ngời trong những mắt lá si
Và người chồng ấy đã ra đi . . .

Cả vườn hoa đã ngập tròn nắng xế
Những cánh hoa đỏ vẫn còn rung nhè nhẹ
Gió nói tôi nghe những tiếng thì thào
"Khi tổ quốc cần, họ biết sống xa nhau . . ."
Nhưng tôi biết cái màu đỏ ấy

The Red Farewell

It was a burning, red farewell,
Bright as a rose-tinted swallow.
Noon about to pass into winter.
In sudden autumn sun
I saw a young woman in red
Saying farewell to her husband
In the sun-lit park.
Her husband was about to leave.
Her dress shimmered like glowing coals,
Burning at their farewell.
The green park and her wide conical hat
Couldn't hide her burning love,
Couldn't hide the tears in her eyes;
Hot and glistening,
They fell into the dawn
That opened between their lips.
And the rising sun came over her face
Bright as the ruby.
The green ficus tree invited them to sit
In its shade, to talk of their future.

Tomorrow will be the days of togetherness.
Its light illuminates their noble souls!
Her husband already gone,
The sunlight still glints in the eyes of mangrove leaves.

The park is so flooded with light
Every petal of the red flower still trembles.
The wind confided in me its whispers:
"When their country asks,
They know they must live apart . . ."
But I know that red color.

Cái màu đỏ như cái màu đỏ ấy
Sẽ là bông hoa chuối đỏ tươi
Trên đỉnh dốc cao vẫy gọi đoàn người
Sẽ là ánh lửa hồng trên bếp
Một làng xa giữa đêm gió rét . . .
Nghĩa là màu đỏ ấy theo đi
Như không hề có cuộc chia ly . . .

9-1964

That redness in the flaming red
Is like the fire red of the banana blossom,
Like the redness of flames from the kitchen
Of a distant village on cold, windy nights . . .
And that redness will follow
As if there had been no farewell.

September 1964

Translated by Nguyen Ba Chung, Nguyen Quang Thieu, and Bruce Weigl

Trở Về Quê Nội

Mười một năm rồi
Hôm nay ta lại về quê nội
Mẹ tóc bạc ôm chầm ta không nói
Nghẹn ngào ta gọi mẹ, mẹ ơi !

Ôi quê hương xanh biếc bóng dừa
Có ngờ đâu hôm nay ta trở lại.
Quê hương ta tất cả vẫn còn đây
Dù người thân đã ngã xuống đất này
Ta lại gặp những mặt người ta yêu biết mấy,
Ta nhìn, ta ngắm, ta say
Ta run run nắm những bàn tay
Thương nhớ dồn trong tay ta nóng bỏng.

Đây rồi đoạn đường xưa
Nơi ta vẫn thường đi trong mộng
Kẽo kẹt nhà ai tiếng võng trưa
Ầu ơ ... thương nhớ lắm
Ôi những bông trang trắng những bông trang hồng
Như tấm lòng em trong trắng thủy chung
Như trái tim em một màu đỏ thắm.
Con sông nhỏ tuổi thơ ta tắm
Vẫn còn đây nước chẳng đổi dòng
Hoa lục bình tím cả bờ sông.

Mẹ lưng còng tóc bạc
Ngậm ngùi kể chuyện ta nghe.
Tám em bé chết vì bom xăng đặc
Trên đường đi học trở về;
Giặc giết mười người trong một ấp
Bà con khiêng xác chất đầy ghe
Chở lên Bến Tre đấu tranh với giặc.
Nhà ta mấy lần bom giội nát
Dừa ngả ngổn ngang xơ xác bờ tre.
Mẹ dựng tạm mái lều che mưa gió
Ơi mảnh đất nơi ta nằm thuở nhỏ
Đã thành bãi chiến trường.
Hai mươi năm đầm đìa máu đỏ
Biết mấy ngàn đêm đau thương

I Returned to My Native Village

O my native land—emerald in the shade of the coconut trees,
I return today! A dream I never dared hope.
So many of the ones I love have fallen on this earth.
But here, everything still stood.
I could see again the faces I loved.
I looked, I stared, as if I were lost.
My hands trembled, their hands clasped in mine.
They burned with all the longing, the loss.

I saw again—the old stretch of road
I walked across in dreams.
I could hear the distant creaking of hammocks.
And the singing—"Ah! . . . how much I love, how much I miss"
The white *trang* flowers, the pink *trang* flowers.
Like the purity and the steadfastness of your love.
Like the carmine brilliance of your heart.
The small river where I swam as a child
Stood there still. Its current still ran the same course,
And the water hyacinth dyed its banks violet.

My mother—her back stooped, her hair white,
Told me stories in a sorrowful voice.
On the way back from school
Eight children killed in a napalm attack.
Then ten in the hamlet killed by the enemy;
Villagers piled their bodies on a sampan,
Took them to Ben Tre to confront the soldiers.
The times bombs flattened our village,
Bamboo hedges torn, coconut trees uprooted;
To hide from the wind and rain my mother made a simple tent.
I had no idea that in that tent of my mother's
A burning fire was lit beneath the earth.
Morning and night, my mother broke her back,
Supported our people in hidden tunnels.

Biết bao người đã khuất
Quân thù giẫm nát quê hương
Mẹ ta, em ta làm sao sống được !

Ta có ngờ đâu trong mái lều dột ướt
Dưới lớp đất kia ngọn lửa vẫn còn.
Mẹ ta tần tảo sớm hôm
Nuôi các anh ta dưới hầm bí mật.
Cả đời mẹ hy sinh gan góc
Hai mươi năm giữ đất giữ làng
Ôi mẹ ta bà mẹ miền Nam.

Ta có ngờ đâu em ta đấy
Dưới mái lều kia em đã lớn lên.
Em đẹp lắm như mùa xuân bừng dậy
Súng trên vai cũng đẹp như em:
Em ơi ! Sao tóc em thơm vậy
Hay em vừa đi qua vườn sầu riêng ?
Ta yêu giọng em cười trong trẻo
Ngọt ngào như nước dừa xiêm,
Yêu dáng em đi qua cầu tre lắt lẻo
Dịu dàng như những nàng tiên.
Em là du kích
Em là giao liên
Em chính là quê hương ta đó
Mười một năm rồi, ta nhớ, ta thương,
Đêm đầu tiên ta ngủ giữa quê hương
Sao thấy lòng ấm lạ,
Dù ngoài trời tầm tã mưa tuôn
Tiếng đại bác gầm tung vách lá.
Ôi quê hương ta đẹp quá
Dù trên đường còn những hố bom
Dù áo em hãy còn mảnh vá
Ta về đây chẳng mang gì về cho em cả
Chỉ có trái tim chung thủy sắt son
Và khẩu súng trong tay ta,
                  cháy bỏng căm hờn.

9-1965

Her entire life she made fearless sacrifices.
Twenty years she held onto the home,
She held onto the land
Mother! You are the mother of the South.
I had no idea the young sister I remembered
In that tent had now grown up.
So beautiful, like the springtime in flower.
So beautiful, the rifle strapped on her shoulder.
O sister! How fragrant your hair.
Have you just passed through a durian grove?
I love your crystal-like laughter,
Sweet as the *xiem* coconut milk.
I love your walk across the monkey bridge,
As gentle as a lovely angel.
You are a courier, you are a guerrilla,
You are my native land.
For eleven years I've missed you, eleven years I've dreamed

Tonight, the first night I sleep again in my village,
I feel a strange rush of warmth.
Even when the monsoon rains fall hard,
And cannon fire shakes the thatched walls,
How beautiful is our native land!
Even with the roads still pockmarked with bomb craters
Even with your shirt still peppered with patches!
In this return, dear sister, I have no present to give you
Except what's in the heart—faith, boundless love,
And the rifle in my hand
Burning hot with indignation.

September 1965

Translated by Nguyen Ba Chung and Kevin Bowen

Ngọn Đèn Đứng Gác

Trên đường ta đi đánh giặc
Ta về Nam hay ta lên Bắc
Ở đâu
Cũng gặp
Những ngọn đèn dầu
Chong mắt
Đêm thâu

Những ngọn đèn dầu không bao giờ nhắm mắt
Như những tâm hồn không bao giờ biết tắt

Như Miền Nam
Hai mươi năm
Không đêm nào ngủ được
Như cả nước
Với Miền Nam
Đêm nào cũng thức.

Soi cho ta đi
Đánh trận trường kỳ
Đèn ta thắp những niềm vui
Đèn ta thắp những lời kêu gọi.

Đi nhanh, đi nhanh
Chiến trường đã dục
Đầy núi đầy sông
Đèn ta đã mọc.

Trong gió trong mưa
Ngọn đèn đứng gác
Cho thắng lợi nối theo nhau
Đang hành quân đi lên phía trước.

1965

The Lamp Standing Guard

On the road we took to fight the enemy
We went back South or up North
Everywhere
We met
The oil lamps'
Eyes unblinking
Deep through the night.

The oil lamps that had never closed their eyes
Like spirits that had never given up

Like the South
Twenty years
Sleepless
Like the whole nation
With the South
Stayed awake every night

Lit the ways for us
Protracted struggle
Our lamps lit up the joys
Our lamps lit up the appeals

Faster, faster
The battles were calling
Over the whole mountain, the whole river
Our lamps glowed.

In the wind, in the rain
The lamp stood guard
For victories to follow
One after the other ahead.

1965

Translated by Nguyen Quang Thieu and Bruce Weigl

During the American war, in every guard post at night, the oil lamps lit the ways for
the road, the piers, the bus stops, the fords, the bomb craters, and other strategic
places.

Ê-mi-ly, Con . . .

Ê-mi-ly, con đi cùng cha
Sau khôn lớn, con thuộc đường khỏi lạc
—Đi đâu cha ?
—Ra bờ sông Pô-tô-mác
—Xem gì cha ?
—Không con ơi, chỉ có lầu ngũ giác.
Ôi con tôi, đôi mắt tròn xoe
Ôi con tôi, mái tóc vàng hoe
Đừng có hỏi cha nhiều con nhé !
Cha bế con đi, tối con về với mẹ . . .

Oa-sinh-tôn
Buổi hoàng hôn
Ôi những linh hồn
Còn, mất
Hãy cháy lên, cháy lên sự thật !
Giôn-xơn !
Tội ác bay chồng chất
Cả nhân loại căm hờn
Con quỷ vàng trên mặt đất
Mày không thể mượn nước sơn
Của Thiên chúa và màu vàng của Phật !
Mac Na-ma-ra
Mày trốn đâu ? Giữa bãi tha ma
Của tòa nhà năm góc
Mỗi góc, một châu
Mày vẫn chui đầu trong lửa nóng
Như đà điểu rúc đầu trong cát bỏng.
Hãy nhìn đây !
Nhìn ta phút này !
Ôi không chỉ là ta với con gái nhỏ trong tay
Ta là Hôm nay
Và con ta, Ê-mi-ly, con là Mãi mãi !
Ta đứng đây,
Với trái tim vĩ đại

Emily, My Daughter

1

Emily, come with me,
So when you grow older you will know the way.
Where do we go Father?
To the banks of the Potomac.
What will we see there?
Nothing my daughter, only the Pentagon.
Oh my daughter, your eyes are round.
Oh my daughter, your hair is yellow.
Please don't ask so many questions.
I take you with me and tonight you will return to your mother.

2

Washington
dusk
the souls
still, or not.
Please let me burn, burn with the truth.
Johnson,
your crimes piled up, all mankind hates you.
A devil on the earth.
You can put on neither the rich colored prints
of Christianity nor the yellow of Buddhism.
McNamara,
Where do you hide yourself? In the middle of the Pentagon's field of
    ghosts?
Each corner is a continent.
You still bury your head
in the hot fire
like an ostrich buries his head in the hot sand.
Look.
Look at me at this moment.
It's not only me with my little daughter in my arms.
I am today.
And my daughter Emily is forever.

Của trăm triệu con người
Nước Mỹ.
Để đốt sáng đến chân trời
Một ngọn đèn
Công lý.
Hỡi tất cả chúng bay, một bầy ma quỷ
Nhân danh ai ?
Bay mang những B52
Những na-pan, hơi độc
Từ tòa Bạch ốc
Từ đảo Guy-am
Đến Việt Nam
Để ám sát hòa bình và tự do dân tộc
Để đốt những nhà thương, trường học
Giết những con người chỉ biết yêu thương
Giết những trẻ em chỉ biết đi trường
Giết những đồng xanh bốn mùa hoa lá
Và giết cả những dòng sông của thơ ca nhạc họa !

Nhân danh ai ?
Bay chôn tuổi thanh xuân của chúng ta trong những quan tài
Ôi những người con trai khỏe đẹp
Có thể biến thiên nhiên thành điện, thép
Cho con người hạnh phúc hôm nay !
Nhân danh ai ?
Bay đưa ta đến những rừng dày
Những hố chông, những đồng lầy kháng chiến
Những làng phố đã trở nên những pháo đài ẩn hiện
Những ngày đêm đất chuyển trời rung . . .
Ôi Việt nam, xứ xở lạ lùng
Đến em thơ cũng hóa những anh hùng
Đến ong dại cũng luyện thành chiến sĩ
Và hoa trái cũng biến thành vũ khí !

I stand here with the great heart
of hundreds of millions of people
in America
to light up under the horizon
a lamp
of justice.
Oh you are devils,
in whose name do you
bring B 52's,
napalm, chemicals
from your Pentagon,
from Guam Island,
to Viet Nam
to murder the peace and freedom of a nation,
to burn hospitals, schools,
to kill people who know only love,
to kill children who know only schools,
to kill fields with green flowers and leaves in all four seasons,
to kill even the rivers of poetry, music, and painting?

In whose name
do you bury our green world in coffins,
the strong and handsome young men who could turn nature
into steel and electricity
to bring happiness to people today?
In whose name do you
take me to the forest
of spiked fields,
the muddy marsh of resistance fighting,
the villages and towns become fortresses,
the days of the earth moving, the sky quaking?
Oh Viet Nam, strange land.
There children must also become heroes,
white bees trained as soldiers,
flowers and fruit turned into weapons.

Hãy chết đi, chết đi
Tất cả chúng bay, một bày ma quỷ !
Và xin nghe, nước Mỹ ta ơi !
Tiếng thương đau, tiếng căm giận đời đời
Của một người con. Của một con người thế kỷ.

Ê-mi-ly con ôi !
Trời sắp tối rồi . . .
Cha không bế con về được nữa !
Khi đã sáng bùng lên ngọn lửa
Đêm nay mẹ đến tìm con
Con sẽ ôm lấy mẹ mà hôn
Cho cha nhé
Và con sẽ nói dùm với mẹ :
Cha đi vui, xin mẹ đừng buồn !
Oa-sinh-tôn
Buổi hoàng hôn
Ôi những linh hồn
Còn mất ?
Đã đến phút lòng ta sáng nhất !
Ta đốt thân ta
Cho ngọn lửa chói lòa
Sự thật.

7-11-1965

Em bé Ê-mi-ly, 18 tháng, là con gái út của No-man Mo-ri-xơn. Yêu con tha thiết, ngày 2-11-1965 anh Morixơn đã bế Êmi-ly từ nhà $đến lầu năm góc, và nhìn con lần cuối cùng, trước khi tự thiêu để phản đối cuộc chiến tranh xâm lược của Mỹ ở Việt nam.

Die, die.
All of you, devils.
Oh my America, please hear me, listen
to the pained voice, and the voices forever angry,
of a son, a person of this century.
Emily, my daughter,
it's getting dark
I cannot take you home.
When my body burns on fire tonight
your mother will come to find you.
Please run to her, circle her with your arms and kiss her for me
and help me to tell her
I leave with joy. Please don't be sad.
Washington,
dusk.
Oh the souls
quiet, or not.
The time when my heart is most right,
I burn my body
for the fire, I shine
for the truth.

November 7, 1965

Translated by Nguyen Quang Thieu and Kevin Bowen

Emily, then eighteen months old, was Norman Morrison's youngest daughter.
Deeply attached to her, Morrison took her to the Pentagon on November 2, 1965, to
be able to spend the last few minutes with her before setting himself on fire in
protest against the United States' aggression in Vietnam.

Sư Đoàn

Sẽ có những sư đoàn thép
Bất kỳ nơi đâu
Không khuất phục tù đày chém giết
Nơi đâu
Người sống nợ nần người chết
Bất kỳ nơi đâu, từ một cây "mút nhét"
Một sải xuồng bơi
Một nọc ong châm góp làm sự nghiệp
Gốc tre xanh thắng trận cả ba đời
Ba mươi triệu tấm lòng xông ra tuyến lửa
Vạch lối điều quân
Vai chảy xe thồ
Trồng cây xanh che chở
Mỗi bước quân đi
Đánh trận trường kỳ
Đêm trước núp trong lùm bắn tỉa
Sớm sau giàn trận chính quy
Đến trận bão hiệp đồng cả nước
Mỗi sư đoàn mang gió lốc bay đi . . .

Đất giải phóng thênh thang
Sẽ cho ta dàn đội ngũ - sư đoàn
Phía trước gọi ta
Những Điện biên, vòng đai thép tung ra làm chiến dịch
Đòn gánh hậu phương vượt đèo đi phản kích
Hành quân
Hành quân . . .
Trùng điệp những sư đoàn
Đi lên phía Bắc
Tràn về hướng Nam
Những vị tướng lại cầm quân đi đánh giặc
Trải bản đồ
Còn nguyên
Vạch chỉ đỏ thắt quanh hầu giặc Pháp

The Division

There will be steel divisions.
Everywhere.
Never bow to imprisonment and killing.
Anywhere.
The living owe the dead a debt.
Everywhere, from a musket,
From the span of a row boat,
From a bee's sting—we work together in common purpose.
The green bamboo hedges turned into weapons for three generations.
Thirty million hearts on the firing lines.
Clearing the paths, leading the soldiers,
Shoulders bent, pushing carts.
Trees planted for camouflage.
Every step the soldiers make
Wages a protracted struggle.
Nights hiding behind bushes as snipers,
Mornings setting up for the great battle,
The storm of the whole country fighting together
Each division strikes like a hurricane . . .

The liberated land widens and widens.
We now could mass entire divisions.
The front calls us,
The Dien Biens, the steel defense thrown into the campaign,
Support troops cross passes to counterattack,
On the move,
On the move . . .
Waves and waves of divisions.
Going North.
Pushing South.
Generals once again lead troops into battles.
Spread out the map,
Still visible,
The red lining choking the French troops.

Bài học chiến tranh nhân dân
Lại tiếp
Trang Ấp bắc, Plây me . . .
Và chiến công trên ngực áo những binh nhì

Đất nước sẽ cho ta
Những chùm con số đẹp
Làm tên gọi khai sinh sư đoàn thép
Này đây
Doi cát Cửu long
Sư đoàn Châu thổ
Giữa bãi sú, rừng tràm
Vụt đứng dậy sư đoàn Nam bộ
Sư đoàn Tây nguyên
Từ hầm chông, bẫy đá, cung tên
Này đây Cực nam, Phan rang, Phan thiết
Này đây Quảng ngãi, Phú yên . . .
Trên nguồn xa Ô lâu, Thạch hãn
Sẽ tiến về
Sư đoàn Trị thiên

Lại có một ngày
Mọi cửa ô xanh Sài gòn hớn hở
Như Hà nội đã từng
Ba mươi sáu đường hoa tung sóng đỏ
Phất rừng cờ thổi hồng ngọn gió
Đón con em
Đón những sư đoàn
Mang chiến thắng trở về
Rập bước
Ca vang.

1966

The lessons of the people's war
Continue
Ap Bac hamlet, Pleime . . .
Victory pinned on the privates' chests.

The nation will give us
Long strings of numbers
To name the birth of steel divisions.
Here,
From the Mekong sand-hill:
The Delta division.
From the wetland, the cajuput forest,
Suddenly rises the Southern Division.
And the Western Highland Division
From the pungji sticks, stone traps, bows and arrows.
From the last parts of the South,
Here come Cuc Nam, Phan Rang, Phan Thiet.
Here come Quang Ngai, Phu Yen . . .
From the high mountains of O Lau, Thach Han,
The division of Binh Tri Thien moves.

There comes one day
Every blue gate in Saigon will beam
As Hanoi did.
Thirty-six streets decked in flowers and waves of red.
A forest of flags unfurled to paint the wind red.
Welcoming sons and daughters
Of the divisions,
Bringing victories back,
Marching in step and
Singing.

1966

Translated by Nguyen Quang Thieu and Kevin Bowen

Trống Và Lửa

Trống và lửa
Tiếng gió chạy trong rừng đen, tiếng cây đổ
Tiếng chiêng trầm trong tiếng rông chiêng

Trời Tây nguyên, chiều đại ngàn rực đỏ
Cuồn cuộn sông Ba hiện lên trong ánh lửa
Bóng lũ làng giáo mác dựng bên nhau
Đàn voi đi bành tiá bành nâu

Trống và lửa
Từ nửa nổ, từ chóe sành đổ vỡ
Mỹ lên đốt phá buôn làng
Từ đàn tơrưng văng bên rẫy bỏ hoang.

Ngón tay chấm máu rồi, niềm riêng xưa gạt bỏ
Mũi tên độc giết thù soi lên ánh lửa
Chim phí bay về đậu đỉnh nhà rông
Chén rượu cần mặt trời vào uống đỏ như mật ong.

Trống và lửa
Đây mang cung phục trong búi cỏ
Đây rừng chông đứng lẫn ráng chiều
Đây bẫy đá nằm khuất bên vách đá

Trống giục lửa, lửa vào buôn, người Ê đê cầm ná
Lửa vào làng, người Gia rai vót chông
Lửa lên nương sáng ngọn mác Hơ mông
Nghe tiếng trống người Hơ rê băng rừng về như nước lũ
N'Trang Lơn cũng về từ Ba ranh giới
Lửa anh hùng Núp chín năm trời đốt tranh ăn thay muối
Trống dội từ trong trường ca Xinh nhã, Đam san
Trống lửa ầm ầm về trong phong trào đồng khởi Miền Nam

Trống và lửa
Trống và lửa.

1967

Drum and Fire

Drum and fire.
Sounds of the wind through the forest, sounds of falling trees,
the quavering gong, all ring low through the house on stilts.

In the afternoon sky the great forest burns red in the Highlands.
The Ba River shimmers in its own burning light.
Standing side by side with swords and spears, the villagers are shadows;
elephants sway past them, red and brown howdahs strapped on their backs.

Drum and fire.
From the torn bamboo, from the shattered jars and broken plates.
The Americans burn and destroy the villages.
The *Dan Trung* is thrown to the deserted fields.

Fingers touch blood, the old private hatreds are thrown away.
Poisoned crossbow arrows glow in the fire.
Chi birds land on top of the stilt houses.
The sun sips light wine through a long thin stem,
its face as red as bee honey.

Drum and fire.
Crossbows and arrows hidden in the bundles of long grass.
Forests of spikes hidden in fading afternoon light.
Stone traps set in the mountains.

Drums prod the fire, fire races to the village, the E De people take up their
    crossbows.
The fire crosses to the village, the Gia Rai people make spikes.
Fire crosses the burnt land, the Hmong people's swords are shining.
The Hore people hear the sound of the drum, they cut their way through
    thick forest as the flute sounds the return.

N'Trang Lon return from the three borders.
The hero Nup's fire is set to burn the grasses to salt.
Drums sounding from *Xinh Nha, Dam San.*
Drums of the great general uprising of the south.
Drum and fire.
Drum and fire.

1967

Translated by Nguyen Quang Thieu, Nguyen Ba Chung, and Kevin Bowen

Sóng

Dữ dội và dịu êm
Ồn ào và lặng lẽ
Sóng không hiểu nổi mình
Sóng tìm ra tận bể

Ôi con sóng ngày xưa
Và sau này vẫn thế
Nỗi khát vọng tình yêu
Bồi hồi trong ngực trẻ

Trước muôn trùng sóng Bể
Em nghĩ về anh, em
Em nghĩ về biển lớn
Từ nơi nào sóng lên ?

—Sóng bắt đầu từ gió
Gió bắt đầu từ đâu ?
Em cũng không biết nữa
Khi nào ta yêu nhau.

Con sóng dưới lòng sâu
Con sóng trên mặt nước
Ôi con sóng nhớ bờ
Ngày đêm không ngủ được
Lòng em nhớ đến anh
Cả trong mơ còn thức

Dẫu xuôi về phương Bắc
Dẫu ngược về phương Nam
Nơi nào em cũng nghĩ
Hướng về anh—một phương

Ở ngoài kia đại dương
Trăm nghìn con sóng đó
Con nào chẳng tới bờ
Dù muôn vời cách trở

Cuộc đời tuy dài thế
Năm tháng vẫn đi qua
Như biển kia dẫu rộng
Mây vẫn bay về xa

Wave

Fierce and gentle,
Loud and silent,
The river doesn't understand itself.
The wave doesn't find itself, until it reaches the sea.

Oh the wave passes,
And the waves to come will be the same.
Hunger for love
Is strong in the heart.

Standing before the waves,
I think of you and me.
I think of the great sea
And I wonder where the waves come from.

The waves must come from the wind.
And I wonder where the wind comes from,
And I wonder
When will we love each other again?

The waves deep in the sea
And the waves on the sea's surface
Long for the shore of the sea.
Day and night the waves cannot sleep
As I cannot sleep, even in dreams,
Because of my longing for you.

When I go to the North,
Or to the South,
When I go anywhere, I think of you,
My only direction.

Out in that great sea
Thousands of waves are pushing,
Which one never reaches the shore
Even miles and miles from home?

Life is so long;
Years and months go by.
Like the sea, life is endless.
Clouds fly to the distant horizon.

Làm sao được tan ra
Thành trăm con sóng nhỏ
Giữa biển lớn tình yêu
Để ngàn năm còn vỗ.

29-12-1967

How can I become
Like the hundreds of thousands of small waves
In the great sea of love
And lap forever against your shore?

December 29, 1967

Translated by Nguyen Quang Thieu, Nguyen Ba Chung, and Bruce Weigl

Vườn Trong Phố

Trong thành phố có một vườn cây mát
Trong triệu người có em của ta
Buổi trưa nắng bầy ong đi kiếm mật
Vào vườn rồi ong chẳng nhớ lối ra

Vườn em là nơi đọng gió trời xa
Hoa tím chim kêu bàng thưa lá nắng
Con nhện đi về giăng tơ trắng
Trái tròn căng mập nhựa sinh sôi

Nơi ban mai cỏ ướt sương rơi
Một hạt nhỏ mơ hồ trên má
Hơi lạnh nào ngón tay cầm se giá
Suốt cuộc đời cũng chẳng hiểu vì sao . . .

Nơi đêm khuya vọng lại tiếng còi tầu
Bỗng nhớ xa xôi những miền đất nước
Nơi bài hát lên đường ta hẹn ước
Nơi góc vườn ta để quên chùm hoa . . .

Nơi vòm lá rì rào xao động cơn mưa
Quả ngọt chín khi mùa ve lại đến
Những chân trời màu hồng những chân trời màu tím
Những ngôi sao bàng bạc cả hoàng hôn.

Nơi lá chuối che nghiêng như một cánh buồm
Cánh buồm xanh đi về trong hạnh phúc
Se sẽ chứ, không cánh buồm bay mất
Qua dịu dàng ẩm ướt của làn môi.

Dưa hấu bổ ra thơm suốt ngày dài
Em cũng mát lành như trái cây mùa hạ
Nước da nâu và nụ cười bỡ ngỡ
Em như cầu vồng bảy sắc hiện sau mưa.

Đến bây giờ đánh giặc anh đi xa
Nhìn lại mảnh vườn xưa thấy hẹp
Biết bao điều anh còn chưa nói được
Rối rít trong lòng một nỗi em em.

A Garden in the City

In the city there is a cool garden,
Among the millions, you are there.
Bees search for honey in the scorching sun,
Finding the garden they forget their way.

In the garden comes a breeze from paradise,
Birds sing on lavender flowers and from the trees' sparse leaves.
The spider comes to lay its white web.
Fruits blossom, ripen and bloom.

There, morning dews fall on the damp grass
Like touching a cheek, light as a dream.
What frost comes to chill our fingers?
All our lives we will have to answer . . .

The night trains came whistling by,
The heart longed for distant places,
There we sang our song of marching out, made our promises.
I left a bouquet of flowers in the corner.

Leaves rustle at the coming rain,
The sweet longan ripens when the cicadas return.
We saw the horizons grow pink and purple,
The stars painted the twilight silver.

Banana leaves folded and waved like sails;
A blue sail returning in happiness.
Be gentle, gentle, or the sail may be lost,
Tender lips softly poised.

The watermelon smells sweet all day long
You are as cool as a drink in summer,
Your slightly brown skin, smile soft and wondering,
You come like the rainbow after the torrent.

Away at the front, I fight in battles;
The garden doesn't seem as large as before.
So many things left unsaid.
They tie knots in me—in you and me.

Rừng rậm đèo cao anh đã vượt lên
Theo tiếng gọi con tàu ngày bé dại
Vườn không níu được bước chân trở lại
Nhưng lá còn che mát suốt đường anh.

Mảnh vườn em vẫn là mảnh vườn xanh
Nơi ban đầu lòng ta ươm tổ mật
Nơi ta hái những chùm thơ thứ nhất
Nơi thu sang mây trắng vẫn bay về.

1967

I cross mountains and steep passes,
Follow the whistle calls of old trains.
The garden can't keep me back,
But its leaves send shade along my path.

Your cool garden remains forever green,
There we first set out to build our comb of honey.
There we gathered our first harvest of poems.
There, in fall, white clouds always return.

1967

Translated by Nguyen Ba Chung, Thuy Hunt, and Kevin Bowen

Ba Viên Đạn

Viên đạn đầu tiên
              bắn vào mây trắng
Con chim xanh gãy lìa đôi cánh
Bỗng giật mình anh nhớ đến con
Đón cha về dang cánh tay non

Viên đạn thứ hai
              bắn vào xóm vắng
Tiếng ru ngừng. Bốn bề im lặng
Nhịp võng đưa bặt giữa đêm hè
Lời mẹ ru xưa anh bỗng vẳng nghe . . .

Hai viên đạn cố tình nhắm trệch đích
Súng thù, không thể bắn bà con thân thích
Nhưng tiếng ru con và cánh chim xanh
Vẫn day dứt hoài tận sâu thẳm lòng anh

Viên đạn thứ ba
              bay như tia chớp
Thằng Mỹ đi bên ngã vật xuống đường
Anh lính cộng hòa bàng hoàng tỉnh giấc
Qua những đêm dài về lại quê hương . . .

Tháng Ba năm 1967

Three Bullets

The first bullet,
fired at the white cloud.
The blue bird lost its wings.
Suddenly he thought of his son,
young arms outstretched to greet him.

The second bullet,
fired at a quiet village.
The singing stopped. Everything became still.
The hammock stopped swinging in the summer noon;
he could almost hear his mother singing.

Two bullets intentionally misfired:
could he aim at relatives and friends?

The lullabies and the blue birds
came back to him, deep in his heart.

The third bullet,
sped out like lightning.
The American fell headlong on the road.
He came to in a daze, began the long walk
back to his village after that long night of the soul.

March 1967

Translated by Nguyen Ba Chung, Nguyen Quang Thieu, and Kevin Bowen

Tiếng Võng Kêu

Kẽo cà kẽo kẹt
Kẽo cà kẽo kẹt
Tay em đưa đều
Ba gian nhà nhỏ
Đầy tiếng võng kêu

Kẽo cà kẽo kẹt
Mênh mang trưa hè
Chim co chân ngủ
Lim dim cành tre

Kẽo cà kẽo kẹt
Cây na thiu thiu
Mắt na hé mở
Nhìn trời trong veo

Kẽo cà kẽo kẹt
Võng em chao đều
Chim ngoài cửa sổ
Mổ tiếng võng kêu

Kẽo cà kẽo kẹt
Xưa mẹ ru em
Cũng tiếng võng này
Cánh cò trắng muốt
Bay-bay-bay-bay . . .

Kẽo cà kẽo kẹt
Bé Giang ngủ rồi
Tóc bay phơ phất
Vương vương nụ cười . . .

Trong giấc em mơ
Có gặp con cò
Lặn lội bờ sông
Có gặp cánh bướm

Song of the Hammock

The hammock chirps, the hammock sings,
My hand rocks to its cadence.
The three rooms of my straw hut
Fill with the hammock's song.

The hammock chirps, the hammock sings,
The summer noon spreads everywhere.
Settled on a single foot,
A bird nods drowsing on bamboo.

The hammock chirps, the hammock sings,
The custard apple tree sleeps:
Its fruit looks through half-open eyes,
The sky burning blue.

The hammock chirps, the hammock sings,
The hammock softly sways.
There at the open window
A bird taps out a rhythm.

The hammock chirps, the hammock sings
How many years rocked by my mother
To the same hammock's sound?
Far away the white egret flies.

The hammock chirps, the hammock sings,
Little Giang already sleeps,
Her hair moving to its sway,
Her lips sketched into a smile.

In her dreams
She runs by the edge of the river
Chasing a white stork,
A giant gold butterfly.

She sees our mother
Bending over in the rice field,
Sees the gunners on the watch
Guarding our blue sky.

Mênh mông, mênh mông
Có gặp bóng mẹ
Lom khom trên đồng
Gặp chú pháo thủ
Canh trời nắng trong

Em ơi cứ ngủ
Tay anh đưa đều
Ba gian nhà nhỏ
Đầy tiếng võng kêu
Kẽo cà kẽo kẹt
    Kẽo cà kẽo kẹt
        Kẽo cà . . .
          . . . kẽo kẹt . . .

1967

Rockaby, my little sister
My hand rocks in cadence.
Rockaby, my little sister.

The three rooms of my straw hut
Fill with the sound of the hammock
        The hammock chirps,
                        the hammock sings.

1967

Translated by Nguyen Khac Vien

Lửa Đèn

1. ĐÈN

Anh cùng em sang bên kia cầu
Nơi có những miền quê yên ả
Nơi có những ngọn đèn thắp trong kẽ lá
Quả cây chín đỏ hoe,
Trái nhót như bóng đèn tín hiệu
Trỏ lối sang mùa hè,
Quả cà chua như cái đèn lồng nhỏ xíu
Thắp mùa đông ấm những đêm thâu
Quả ớt như ngọn lửa đèn dầu
Chạm đầu lưỡi, chạm vào sức nóng . . .
Mạch đất ta dồi dào sức sống
Nên nhành cây cũng thắp sáng quê hương.
Chúng nó đến từ bên kia biển
Rủ nhau bay như lũ ma trơi
Từ trên trời bảy trăm mét
Nhìn thấy lửa que diêm sáng mặt người
Một nghìn mét từ trên trời
Nhìn thấy ngọn đèn dầu nhỏ bé,
Tám nghìn mét
Thấy ánh lửa đèn hàn chấp chóe
Mà có cần đâu khoảng cách thấp cao
Chúng lao xuống nơi nao
Loe ánh lửa
Gió thổi tắt đèn, bom rơi máu ứa
Trên đất nước đêm đêm
Sáng những ngọn đèn
Mang lửa từ nghìn năm về trước,
Lấy từ thuở hoang sơ
Giữ qua đời này đời khác
Vùi trong tro trong trấu nhà ta.
Ôi ngọn lửa
Có nửa cuộc đời ta trong ấy !

The Fire in the Lamps

1. THE LAMPS

You and I, we are crossing to the other side of the bridge,
to a country where the land is peaceful,
where fruit hangs thick from trees
and red blossoms shimmer among dark leaves
like signal lamps that promise summer.
Here the tomato is a small lantern
to warm the long winter night,
the pepper, the flame of an oil lamp,
so hot it will burn your tongue.
Our land, so filled with life,
one branch might light a field.
But men travel across oceans,
their planes swarm through night fog,
loom out in the darkness
like fireflies over fresh dug graves.
Seven hundred meters up,
they can see the light of a
match shine on a human face.

One thousand meters up,
they can see the small oil lamps.
Eight thousand meters,
the sparks of the welding stick.
But no matter how far,
they dive and bomb,
the land flares up,
bombs blow out lights,
blood oozes.

Still, night after night we light the lamps.
Lamps to return a thousand years of fire.
Fire, from the time of our first struggling life,
kept from generation to generation
in the rice husks and ashes of household fires.
The flames in the lamps,
half our life is there.

Giặc muốn cướp đi
Giặc muốn cướp lửa tim ta đấy.

2. TẮT LỬA

Anh cùng em sang bên kia cầu
Nơi có những miền quê yên ả
Nơi tắt lửa đêm đêm thấy đất trời rộng quá
Không nhìn thấy gì đâu
Bóng tối che rồi
Cây trúc làm duyên phải nhờ gió thổi
Cô gái làm duyên phải dùng giọng nói
Bóng hoa làm duyên phải lụy hương bay
Bóng tối phủ dày
Che mắt địch
Nơi tắt lửa là nơi vang rền xe xích
Kéo pháo lên trận địa đồng cao
Tiếng khẩu đội trưởng ở đâu
Đấy là đuôi khẩu pháo
Như tiếng anh đo xa điểm đều nhịp chày giã gạo
Vang ở đâu, đấy là giữa trận đồ
Nơi tắt lửa là nơi in vết bánh ô tô
Những đoàn xe đi như không bao giờ hết
Chiếc sau nối chiếc trước ì ầm
Như đàn con trẻ chơi u chơi âm
Đứa này nối hơi đứa khác
Nơi tắt lửa là nơi dài tiếng hát
Đoàn thanh niên xung phong phá đá mở đường
Dẫu hố bom còn bay mùi khét
Tóc lá sả đâu đó vẫn bay hương
Đêm tắt lửa trên đường
Khi nghe gần xa tiếng bước chân rậm rịch
Là tiếng những đoàn quân xung kích
Đi qua.

They try to take it away,
try to take our hearts away.

2. THE BLACKOUT

You and I, we are crossing to the other side of the bridge
where there are peaceful country lands,
where night after night the blackout makes
the earth and sky grow larger
and we can see nothing
as darkness covers all.

The yellow bamboo to show its charm—must
ask for the wind's help.
A girl to show her grace must
reach for words.
A flower to show its ways must
have sweet fragrance.
Here darkness covers all
to cover the enemy's eyes.

In the blackout the tractors grind,
they tow our guns up to the high fields.
The voice of the commander
yells out the guns' positions.
The soldier's call from the sighting tube
tells where the gun pits are.
It carves out a rhythm, sways in time to the rice pestle's cadence,
calling across the battle.

In the blackout, ruts
mark out the roads.
Endless convoys, trucks rumbling down,
moving, one after the other,
like children playing
dragon and snake,
one child humming behind the other.

Từ trong hốc mắt bóng tối tràn ra
Từ dưới đáy hố bom sâu hun hút
Bóng tối dâng đầy tỏa ngợp bao la
Thành những màn đen che những bào thai
Chiến dịch
Bóng đêm ở Việt nam
Là khoảng tối gi ưa hai màn kịch
Chứa bao điều thay đổi lớn lao
Bóng đêm che rồi không thấy gì đâu
Cứ đi, cứ đi, nghe lắm âm thanh mới lạ.

3. THẮP ĐÈN

Anh cùng em sang bên kia cầu
Nơi có những miền quê yên ả
Nơi đêm ngày giặc điên cuồng bắn phá
Những ngọn đèn vẫn cứ thắp lên
Chiếc đèn chui vào ống nứa
Cho em thơ đi học ban đêm
Chiếc đèn chui vào lòng trái núi
Cho xưởng máy thay ca vời vợi
Chiếc đèn chui vào chiếu vào chăn
Cho những tốp trai làng đọc những lá thư thăm
Ta thắp đèn lên trên đỉnh núi
Gọi quân thù đem bom đến dội
Cho đá lở đá lăn

In the blackout, there are songs.
Young volunteers raise their voices
as they break rocks, repair roads,
the smell of cordite
still hanging in the air.

In the blackout, on the roads
the troops are marching.
Shock troops pass.

Darkness is everywhere.
In the bomb crater, immense darkness.
A curtain conceals the coming campaign.

Night in Viet Nam
is an intermission between two acts,
home to many transformations.
Darkness covers all.
Nothing can be seen.
We move forward through what fantastic sounds.

3. LIGHTING THE LAMPS

You and I, we are crossing to the other side of the bridge
where there are peaceful country lands
the enemy bombs and strafes day and night.
Within the land, we light the lamps,
the lamps crawl into the bamboo tubes
so children can go to school at night
the lamps crawl into the mountain caves
light for the night shifts, the lamps crawl under the blankets
for the young village women to read letters from lovers.

Let's light the lamps on the peaks of the mountains
for the enemy to drop bombs to blow off rocks
we'll use for bridges and for roads.
Let's switch on the headlights of our trucks,
then amid the flares and shells, switch them off, turn back
to confuse the planes, then go on driving.

Lấy đá kê cầu, lấy đá sửa đường tàu
Ta bật đèn pha ô tô trong chớp lòe ánh đạn
Rồi tắt đèn quay xe
Đánh lạc hướng giặc rồi ta lại lái xe đi . . .

Ngày mai, ngày mai hoàn toàn chiến thắng
Anh giắt tay em trời chi chít sao giăng
"Thắp đèn ta sẽ chơi trăng ngoài thềm"
Ta thắp đèn lồng, thắp cả đèn sao năm cánh
Ta dẫn nhau đến ngôi nhà đèn hoa lấp lánh
Nơi ấy là phòng cưới chúng mình
Ta sẽ làm các cây đèn kéo quân thật đẹp
Mang hình những người những cảnh hôm nay
Cho những cuộc hành quân nào còn trong bóng tối
Sẽ hiện muôn đời trên mặt ngọn đèn xoay.

1967

Tomorrow, tomorrow, when we win
I'll hold your hand and we'll walk beneath the moon and stars.
We'll light up our lamps and watch the moon from the veranda,
we'll light our lanterns, our five-pointed stars.

Together, we'll walk to the house, decorate it with these shining lanterns.
Our wedding-hall. We'll make a shadow lamp
cut shapes of these men and women,
these scenes, troops in the darkness, their images
to march forever on the walls
by the light of our burning lanterns.

1967

Translated by Nguyen Quang Thieu and Kevin Bowen

Bé Hát Dưới Trăng

Tràn qua cửa số trăng vào
Nhìn trăng bé hát nghêu ngao một mình

Bắt đầu: Bác Hồ chí Minh*
Tưởng như đôi má trăng thanh ửng hồng
Tiếp theo: Bé bé bằng bông*
Trăng ôm lấy bé, trăng bồng lên cao
Tiếp theo: Thằng Mỹ . . . ra vào*
Ngoài sân gió thổi rì rào qua cây . . .

Chị theo các bạn nhảy dây
Bỏ quên em bé trăng quây giữa nhà
Bé nằm nhớ mẹ phương xa
Trăng thương nghiêng xuống mặt hoa gần gần

Bốn bề bát ngát trăng ngân
Câu ca dân tộc ngàn năm lại về
Tâm hồn thơ dại đê mê
Đất trời đưa võng tràn trẻ trăng thu
Bi bô hát chẳng đuôi đầu
Lim dim đôi mắt, tự ru lấy mình

Bé nằm ngửa mặt tròn xinh
Ngủ trong tiếng hát của mình dưới trăng.

1967

Những câu trong các bài hát

Under Moonlight the Baby Sings

Moonlight floods through the window.
The baby sees the moonlight and sings to herself;

Her song's first words: Uncle Ho Chi Minh.
Her cheeks, pink with moonlight
She sings another song: Baby, baby, rag-doll baby.
The moon holds her, lifts her soul . . .
And then American planes cross back and forth . . .
Outside, through leaves, the wind speaks quietly.

The baby's older sister jumps rope with a friend
And forgets the baby in the house of moonlight
In the hammock, lonely for her mother who works far away.
But the moon loves her, and moves close, wearing the face of a flower.

The sound of moonlight spreads everywhere, endlessly,
The ancestors' songs returning.
The baby's soul is under the spell of moonlight.
Earth and Heaven sway the moonstruck hammock.
The baby sings songs without beginnings or ends,
And with her eyes half-closed she sings the lullaby to herself.

She lies on her side, then turns to her back
Showing her lovely round face; she sleeps though her singing continues.

1967

Translated by Nguyen Quang Thieu and Bruce Weigl

Lời Người Cầm Súng

Tặng một chiến sĩ không tên ở làng B

Tôi nằm nơi đây
Quê hương chị Sáu
Hoa lê ki ma
Đương mùa nở rộ
Hãy nghe tôi kể
Các đồng chí ơi
Chuyện người chiến sĩ
Hai mươi tuổi đời
Viên đạn cuối cùng
Khi tôi bắn hết
Tôi nghe bốn bề
Quân thù la hét
Chống tay tôi đứng
Không được nữa rồi
Chân tôi dập nát
Tôi cắn vành môi
Tôi nhìn khẩu súng
Như nhìn người thân
Súng ơi đến lúc
Ta cần hy sinh
Vung tay tôi đập
Súng gãy tan tành
Tôi ngồi lặng thinh
Các đồng chí ơi
Giờ tôi đã chết
Nhưng tôi không buồn
Tôi còn nhớ hết
Khi tôi hét vang
"Tao là Giải phóng
Bắn tao cứ bắn . . ."

The Rifleman's Words

To an unnamed soldier in Village B

I lie here
In Miss Sau's native land
Where le-ki-ma flowers
Bloom in season.
Please hear me
dear comrades.
I'll tell you
the story of a soldier.
I was twenty years
A rifleman.
When I fired
my last bullet,
All around me
I heard the enemy shouting.
I tried to raise myself,
leaning against the earth,
but couldn't.
My leg was broken.
I bit my lips
I looked at the rifle
As if it were a friend.
O my friend, it's time
For us to die.
Arms held high, I smashed
The rifle until it
Broke in many pieces.
Then I sat in silence.
My comrades,
I was dying.
But I was not sad
I still remember all.
I shouted,
"I am a Liberation fighter
If you want to shoot me, shoot . . ."

Các chị cắn môi
Các em ngoảnh mặt
Vai má rung rung
Tôi nghe tiếng nấc
Tôi nghe viên đạn
Xuyên giữa tim mình
Và giòng máu nóng
Đỏ hồng trời xanh

Em ơi khẩu súng
Nhặt cất giùm tôi
Súng đi chiến đấu
Theo tôi trọn đời
Hãy như súng đó
Thà gãy lìa thân
Sống cho dũng cảm
Chết cho anh hùng

Tôi nằm nơi đây
Ngất trời gió nắng
Hoa lê ki ma
Đang mùa nở trắng
Chị Sáu chưa về
Chị còn đang hát
Tiếng hát đêm nào
Trăng vàng bát ngát
Tôi nằm dưới mộ
Nghe nhựa trong cây
Chuyển từ lòng đất
Đang nuôi tháng ngày

Má ơi đừng buồn
Em ơi hãy nín

The women bit their lips,
The young ones turned their heads,
The old mother's shoulders shook.
I heard a click. I heard the bullet
Pierce my heart.
The warm streams of blood
Made the blue sky, red.

My young friends,
help me to hide the rifle.
This rifle that's been
In battle, this rifle
That's followed me
All its life.
Please live like
This rifle.
Live with courage
To die a heroic death.

I lie here.
Under the sun and wind,
The le-ki-ma blooms
Scattered white.
Miss Sau hasn't returned,
She's still on the road, singing.
I remember her song
One boundless night,
The golden moonlight.
I lie in the grave.
I can hear the sap
Rising in the trees,
Rising from the earth,
Nourishing the branches
Each day.

O Mother, don't be sad.
O brothers, please stop crying.

Sống chết quang vinh
Lời thề đã hẹn
Ví có phép màu
Cho tôi lại sống
Dầu chỉ một ngày
Tôi xin cầm súng.

1968

Live and die with glory.
That was our pledge.
If there could be a miracle
To let me live,
I'd carry the rifle again,
Even if it were
For only
One more day.

Composed in Con Son Prison, 1968

Translated by Nguyen Ba Chung, Nguyen Quang Thieu, and Kevin Bowen

Đèo Ngang

Pháo tàu địch đêm đêm nhằm bắn
Đèo vẫn nguyên lành nằm với biển reo
Nhà như lá đa đậu lưng chừng núi
Sông suối từ đâu rơi xuống chân đèo.

Đèo nhằm hướng nam, đường nhằm hướng nam
Xe đạn cũng nhằm hướng nam, vượt dốc;
Bao nhiêu người làm thơ Đèo Ngang
Mà không biết con đèo chạy dọc.

1967

Cái đèo Ngang của bà Huyện ngày trước là con đèo của đường mòn cách đèo Ngang bây giờ chừng vài cây số. Khi bà Huyện làm thơ làm gì đã có đường ô tô. Biết thế mà vẫn viết thế. Thì lòng vui, trêu bà Huyện một câu thì có sao.

Deo Ngang: Crossing Pass

Enemy ships shell night after night.
The pass sits calm, cradled in waves of the sea.
Houses hang like banyan leaves on the sides of the mountain,
hidden streams and rivers fall all around.

The pass faces south, so do our roads.
Ammunition trucks fight their way up.
Many poets wrote verses about the crossing pass,
never knowing the pass ran straight ahead.

1967

Translated by Nguyen Quang Thieu, Nguyen Ba Chung, and Kevin Bowen

The Deo Ngang or Crossing Pass that poet Ba Huyen Thanh Quan wrote about was actually a few kilometers from today's location. When Ba Huyen wrote her poem "Qua Deo Ngang Tuc Canh" in the late nineteenth century, there weren't any automobiles. That's certain, but I wrote this poem anyway. What's wrong with teasing our poet Ba Huyen? (It's called Crossing Pass, but actually, it runs straight.)

Những Dấu Chân Qua Trảng Cỏ

Buổi chiều qua trảng cỏ voi
Ngước nhìn mút mắt khoảng trời long lanh
Gió nghiêng ngả giữa màu xanh
Tiếng bày chim két bổng thành mênh mang

Lối mòn như sợi chỉ giăng
Còn in đậm đặc vô vàn dấu chân
Dấu chân ai đọc nên vần
Nên nào ai biết đi gần đi xa
Cuộc đời trải mút mắt ta
Lối mòn nhỏ cũng dẫn ra chiến trường
Những người sốt rét đang cơn
Dấu chân bấm xuống đường trơn, có nhòe . . .

Chiếc bóng con đựng những gì
Mà đi cuối đất mà đi cùng trời

Mang bao khát vọng con người
Dấu chân nho nhỏ những lời không tên
Thời gian như cỏ vượt lên
Lối mòn như sợi chỉ bền kéo qua

Ai đi gần ai đi xa
Những gì ở lại chỉ là dấu chân
Vùi trong trảng cỏ thời gian
Vẫn âm thầm trải mút tầm mắt ta
Vẫn đằm hơi ấm thiết tha
Cho người sau biết đường ra chiến trường.

Footprints in Elephant Grass

All afternoon we walk in elephant grass.
When we look up, the sky is so far away.
The wind swirls in greens all around us;
The *ket* bird's cries grow loud then louder.

The path weaves us a warning;
The traces of footprints grow clear.
But whose footprints, we can't know,
Or whether their owners are far or near.
Life opens out a wide path before us,
But this narrow track may lead to the battlefield.
And those struck down by malaria,
Their footprints fade fast from the slippery ground.

This small rucksack can hold so much;
This pack can walk to the end of the world.

We carry our hopes,
Leave behind our small footprints without words or names.
Time passes and the grass grows over them,
And still this path weaves our lives forward.

Who travels near, who travels far,
They leave only a small footprint
Buried under grass as time passes.
The same grass, endless before our eyes.
Still, it is warm deep inside it,
Marking the path to the front for others to follow.

Translated by Thuy Hunt and Kevin Bowen

Nấm Mộ Và Cây Trầm

1. TƯỞNG NHỚ

Đất đắp mộ Hùng bom trộn lẫn
Cây trầm cháy dở thay nén nhang
Cây trầm cháy rồi hương cứ thơm

Hùng ơi, mai gió mùa đông bắc
Võng bạt canh khuya lại nhớ Hùng
Những đêm hai đứa xong phiên gác
Bao gạo gối đầu chăn đắp chung

Nhớ khi mình ốm giữa rừng
Vị thuốc Hùng tìm qua ba trái núi
Quả khế rừng nấu con cá chuối
Thương mình Hùng hóa trẻ đi câu

Chúng mình có ở cách xa đâu
Một thước đất sao Hùng không nghe mình gọi
Một thước đất hóa khoảng trời vời vợi
Từ nay mình thương nhớ Hùng hơn xưa

Những lá thư Hùng còn chưa kịp đọc mình nghe
Thơ đánh giặc Hùng còn viết dở
Vết máu đỏ nhòa đi không rõ chữ
Mình đọc bao điều xúc động sâu xa

2. HY SINH

Cái chết bay ra từ nòng súng quân thù
Nhận cái chết cho đồng đội sống
Ngực chặn lỗ châu mai, Hùng đứng thẳng
Đồng đội xông lên nhìn rõ Hùng cười

Tay Hùng còn vung lựu đạn ngang trời
Khẩu tiểu liên vẫn choàng trước ngực
Vành mũ lá sen còn trong lửa táp
Nhìn nụ cười mình biết Hùng vui

"Chết—Hy sinh cho tổ quốc" Hùng ơi
Máu thấm cỏ, lời ca bay vào đất
Hy sinh lớn cũng là hạnh phúc
Một cây xuân thành biển khắc tên Hùng

The Grave and the Sandalwood Tree

1. IN MEMORIAM

The earth over Hung's grave is raked by bombs.
The burning sandalwood tree sends up its sweet fragrance.
Let it be your incense.

Hung, tomorrow the north winds will come
And deep in the night, in my nylon hammock, I'll think of you.
I'll think of those nights, our watches just finished,
We shared the same rice sack as a pillow, our one blanket.

I'll remember the time I fell sick in the forest.
You crossed three mountains looking for cures.
In your worry for me, like a boy again, you fished
The stream, cooked the catch with wild star fruit.

Not much distance between us now.
Only a yard of earth separates us. But you don't hear my call?
A yard of earth become an endless sky.
Now, I miss you more than ever,

The letters you never had time to read,
The poems about battles you never finished.
The blood stains blur the words, but
I read a thousand deep and moving things.

2. SACRIFICE

Death came from the enemy's guns.
You bore it so your comrades could live.
Your chest covered the firing hold,
Your friends rushed forward. You were still smiling.

Your hand threw grenades up across the sky.
The rifle hung across your chest.
The lotus-rimmed hat shook in the leaping fire.
Seeing your smiles, I knew you were pleased.

"Killed—giving his life for his nation." O Hung,
Your blood dyed the grass and a song flew into the earth.
Your great sacrifice became a source of happiness.
Each spring, the new trees that bloom remind me of you.

Hùng nằm trong nôi của đất rộng vô cùng
Khoảng trời biếc hương trầm thơm hơn trước
Những đoàn quân đi đánh giặc
Có hoa rừng mang đến từ xa

Đất Hùng nằm bom đạn đào trơ
Ngày hoa nở, đêm ngời sao tỏ
Tấm biển gỗ trên mộ người chiến sĩ
Thành bàn tay chỉ hướng quân thù.

3. RA ĐI

Cây trầm thơm từ đất thơm ra
Như nhắc nhở với người đang sống
Thù riêng lớn thù chung càng lớn
Hờn căm này nhân tiếp những hờn căm

Thôi mình đi Hùng nhé ! Hãy yên nằm
Trận đánh đêm nay vắng Hùng gài bộc phá
Trận đánh trường kỳ vắng Hùng tham dự
Trận đánh cuối cùng chiến thắng phải về ta

Anh trinh sát hy sinh trao lại tấm bản đồ
Anh xung kích hy sinh phất cao cờ chuẩn
Xin Hùng hãy trao cho mình khẩu súng
Trận đánh vẫn còn tiếp diễn Hùng ơi

Quân mình đang pháo kích nơi nơi
Hùng có thấy đất rùng rùng sấm dậy
Mặt trận chuyển vào sâu rồi đấy
Thôi mình đi Hùng nhé ! Hãy yên nằm

Thơm rất xa theo gió thoảng hương trầm
Cây trầm đẹp như cuộc đời chiến sĩ
Sống tươi tốt bao niềm tin bình dị
Thân hy sinh thơm đất thơm trời.

Mặt trận miền tây, mùa đông 1969

Hung, you rest in the cradle of the great earth,
And, in the blue sky, the sandalwood smells even sweeter.
Troop after troop go into battle,
Carrying flowers from the forest with them.

The place where you lie, bombs and bullets hammer flat,
But still, in the day flowers bloom, and at nights the stars are burning.
The wooden marker on a soldier's grave
Is a hand pointing us on to the enemy.

3. LEAVING FOR THE BATTLE

The sandalwood tree takes its deep fragrance from the earth
As if to remind those still living:
"Private hatred is deep, common hatred is deeper."
This hatred will be multiplied by a thousand others.

Let me go now, Hung! Please rest in peace.
In the battle tonight you won't be there to plant the charges.
You won't be there on the long campaign,
When, in the final battle, victory will be ours.

The scout was killed, but he left behind his maps.
The shock troop was killed, but he held the flag high.
Hung, would you let me use your rifle?
The battle, my dear Hung, it still rages.

Everywhere, we lay down our barrages;
Do you see how the earth shakes and explodes?
The battle is moving deeper. You know.
I leave now, dear Hung—Please, rest in peace.

The wind carries the sandalwood's fragrance far.
The sandalwood tree, beautiful as a soldier's life.
It lives by simple faiths. Its body grows and dies
To perfume the earth, to perfume the earth and sky.

The Western Campaign, Winter 1969

Translated by Nguyen Ba Chung, Nguyen Quang Thieu, and Kevin Bowen

Khoảng Trời-Hố Bom

Chuyện kể rằng: em, cô gái mở đường
Để cứu con đường đêm ấy khỏi bị thương
Cho đoàn xe kịp giờ ra trận
Em đã lấy tình yêu Tổ quốc của mình thắp lên ngọn lửa
Đánh lạc hướng quân thù. Hứng lấy luồng bom . . .

Đơn vị tôi hành quân qua con đường mòn
Gặp hố bom nhắc chuyện người con gái
Một nấm mộ nắng ngời bao sắc đá
Tính yêu thương bồi đắp cao lên . . .

Tôi nhìn xuống hố bom đã giết em
Mưa đọng lại một khoảng trời nho nhỏ
Đất nước mình nhân hậu
Có nước trời xoa dịu vết thương đau.

Em nằm dưới đất sâu
Như khoảng trời đã nằm yên trong đất
Đêm đêm, tâm hồn em tỏa sáng
Những vì sao ngời chói lung linh
Có phải thịt da em mềm mại, trắng trong
Đã hóa thành những làn mây trắng ?
Và ban ngày khoảng trời ngập nắng
Đi qua khoảng trời em—Vầng dương thao thức
Hỡi mặt trời, hay chính trái tim em trong ngực
Soi cho tôi
Ngày hôm nay bước tiếp quãng đường dài

Tên con đường là tên em gửi lại
Cái chết em xanh khoảng trời con gái
Tôi soi lòng mình trong cuộc sống của em

Gương mặt em, bạn bè tôi không biết
Nên mỗi người có gương mặt em riêng

A Sky in a Bomb Crater

Your friends said that you, a road builder,
had such love for our country, you rushed
down the trail that night, waving your torch
to save the convoy, calling the bombs down on yourself.

We passed by the spot where you died,
tried to picture the young girl you once had been.
We pitched stones up on the barren grave,
adding our love to a rising pile of stone.

I gazed into the center of the crater
where you'd died and saw the sky in the pool
of rain water. Our country is so kind:
water from the sky washes the pain away.

Now you rest deep in the ground,
quiet as the sky that rests in the crater.
At night your soul pours down,
bright as the stars.

I wonder, could it be your soft skin
changed into columns of white clouds?
Could it be that when we passed that day,
it was not the sun but your heart breaking through?

This jungle trail now bears your name;
the skies reach down to your death and touch it;
and we, who never saw your face,
each wear a trace of you, bright on our cheek.

Translated by Ngo Vinh Hai and Kevin Bowen

Cuộc Đời Yêu Như Vợ Của Ta Ơi

Năm xưa ta nói rất nhiều "cực kỳ" và "hết sức"
Tội nghiệp nhất là ta nói chân thành rất mực
Chưa biết rằng "trời" còn xanh hơn "trời xanh"
Ta thiếu sự trầm lắng đúc lên bởi nhiệt tình

Ta cứ nghĩ đồng chí rồi thì không còn ai xấu nữa
Trong hàng ngũ của ta chỉ có chỗ yêu thương
Đã chọn đường đi chẳng ai dừng ở giữa
Mạc tư khoa còn hơn cả thiên đường

Ta nhất quyết đồng hồ Liên xô tốt hơn đồng hồ Thụy sỹ
Hình như đấy là niềm tin, ý chí và tự hào
Mường tượng rằng trăng Trung quốc tròn hơn trăng nước Mỹ
Sự ngây thơ đẹp tuyệt vời và ngờ nghệch làm sao

Một phần tư thế kỷ qua đi và có lẽ bây giờ ta đã biết
Thế nào là thương yêu thế nào là chém giết
Ta đã thấy những chỗ lõm lồi trên mặt trăng sao
Những vết bùn trên tận chín tầng cao

Sức ta tăng bội phần khi ta say đến trở thành rất tỉnh
Ta đã có thể nói với quân thù những lời bình tĩnh
"Tất cả những gì xấu xa của tao là thuộc về mày
Tất cả những gì tốt đẹp của mày là thuộc về tao"

Năm xưa ta vô tình tô đẹp cuộc đời để mà tin
Nay ta càng thêm tin mà không cần tô gì nữa cả
Quen thuộc rồi mọi bất ngờ kỳ lạ
Ta đã trả giá đau và ta đã học nhìn

Ta đã gặp những điều không hề chờ đợi gặp
Nào đâu chỉ là rắn phục giữa vườn hoa
Những kẻ tốt đến yếu mềm chỉ là đồ giẻ rách
Rắn còn nằm cuộn khúc giữa lòng ta

VIET PHUONG

O Life I Love Like My Wife

In the past we repeated the words "perfect," "absolutely true," so often,
We were pitiful the way we repeated the words over and over.
We didn't know then the "sky" more blue than the "blue sky."
We had great spirit, but we lacked depth and true feeling.

We thought we were comrades and no one was bad.
In our ranks there was bliss and love only.
We found the path, no one stopped half-way,
And Moscow was even
Better than paradise.

We swore the Russian watch was better than the Swiss.
Everything reflected our confidence, our will, and our pride.
We argued the Chinese moon was fuller than the American.
Our innocence, so very beautiful and so very stupid.

A quarter of a century with a gun and now we know
What is
Love, what is
Killing
We've seen the indirections of the moon and stars
And the mud rise nine stories high.

Our strength increased many times, drunk with our cause
Until almost unconscious, in very calm words we'd say
To the enemy "every bad thing in us belongs to you,"
"And every good thing in you is ours."

In the past we embellished our lives unintentionally to believe,
Now our belief comes more and more without embellishment.
For all our strength and each marvelous thing we hold close,
We have paid a painful price. We have had to be hard

And we've met many things we never expected.
It is not only the poisonous snakes that hide in the flower garden.
Men are good until weakened and broken, then thrown away like a piece
    of torn clothing.
Those poisonous snakes still lie in our ranks.

Ta suy nghĩ tám ngàn đêm đánh giặc
Nghiền tâm tư cùng những hạt ngô bung
Giữa đạn bom ta lọc ra hạnh phúc
Tim dần trong sáng mãi đến vô cùng

Ta đã sống những phút giờ sự thật
Tầm dân tộc ta và kích tấc loài người
Bừng vẻ đẹp chắc bền của đất
Thung lũng đau xưa vàng rực những mùa vui

Ta hiểu được những ai đã sai và có thể còn sai
Và chất người trong ta cộng sản thêm chút nữa
Trút vỏ thần tượng đi còn lồng lộng con người
Phía trước đằng sau bên ngoài và chính giữa
Như Quảng bình, Vĩnh linh càng yêu trong khói lửa
Ta nhìn hết sự xấu xa và bỗng nở nụ cười
Mở đài địch như mở toang cánh cửa
Nghe nó chửi ta mà tin ở ngày mai

Ta đau lắm những nỗi đau sinh nở
Cuộc đời thân như hơi thở ta ơi
Ta vui lắm những niềm vui cởi mở
Cuộc đời yêu như vợ của ta ơi . . .

1969

Eight thousand nights at war we fought,
Crushed our thoughts with the boiled corn,
Found happiness in the bombing.
Our hearts grew purer and brighter in the vastness.

We lived through the time of truth.
The position of our nation was the position of mankind,
The position reflected in the land's beauty:
The old painful valleys grew yellow with their joyous harvest.

We understood who was wronged and who wronged more,
And how the human quality in us grew, and the communist.
Shedding the skin of idols, we find our vast humanity.
We are human before, behind, at the center.

Like Quang Binh, Vinh Linh, we loved more in the smoke and fire.
We could see all the bad things, so we laughed.
We turned on the radio evenings as if opening our doors.
Listening to them curse us, we believed in the future.

From the days of our birth, we have known great pain.
Life so close to us, like our own breathing.
We are happy with our open-hearted effusions,
O this life, I love like my wife.

1969

Translated by Nguyen Quang Thieu and Kevin Bowen

Hương Thầm

Cửa sổ hai nhà ở cuối phố
Không hiểu vì sao không khép bao giờ
Đôi bạn ngày xưa học chung một lớp
Cây bưởi sau nhà ngan ngát hương đưa

Giấu một chùm hoa trong chiếc khăn tay
Cô gái ngập ngừng sang nhà hàng xóm
Bên ấy có người ngày mai ra trận

Họ ngồi im không biết nói chi
Mắt chợt tìm nhau rồi lại quay đi
Nào ai đã một lần dám nói ?
Hoa bưởi thơm cho lòng bối rối
Anh không dám xin
Cô gái chẳng dám trao
Chỉ mùi hương đầm ấm thanh tao
Không dấu được
                cứ bay nhè nhẹ

Cô gái như chùm hoa lặng lẽ
Nhờ hương thơm nói hộ tình yêu
"Anh vô tình anh chẳng biết điều
Tôi đã nói với anh rồi đấy . . ."

Rồi theo từng hơi thở của anh
Hương thơm ấy thấm sâu vào lồng ngực
Anh lên đường
            hương sẽ theo đi khắp

Họ chia tay
        vẫn chẳng nói điều gì
Mà hương thầm thơm mãi bước người đi.

1969

Secret Scent

The windows of the two houses at the end of the street
Always stayed open for no reason.
Two old friends who used to be classmates.
A grapefruit tree behind one house floats its scent to the other.

She hid a bunch of flowers in her handkerchief
And hesitantly, crossed to her neighbor's house.
Someone there would leave the next day for the front.

In silence they sat, lost for words.
Their eyes met, then turned away.
Who could dare say the first words?
The scent of grapefruit blossoms made them more shy.
The young man didn't dare ask for the blossoms;
The young girl didn't dare give them,
But the warm and refined fragrance
Could not hide itself . . .
And floated faintly by.

Like the blossoms, the young girl was silent.
She let their fragrance speak for her love:
How distant you seem; you still don't know.
Don't see I come to you?
The fragrance will fill your chest.
When you leave
The fragrance will follow you, everywhere.

Leaving each other
They still didn't speak,
Yet the fragrance sweetens the young man's journey.

1969

Translated by Nguyen Ba Chung, Nguyen Quang Thieu, and Bruce Weigl

Con Cò Trắng Muốt

Con cò đi đón cơn mưa
Tối tăm mù mịt ai đưa cò về
—*Ca dao*

Khi cơn mưa đen rầm đằng Đông
Khi cơn mưa đen rầm đằng Tây
Khi cơn mưa đen rầm đằng Nam, đằng Bắc
Em vẫn thấy
Con cò
Trắng muốt
Bay ra đón cơn mưa . . .
Cây lúa mừng vui phất cờ
Dây khoai nảy xanh lá mới
Cau xòe tay hứng giọt mưa rơi
Ếch nhái uôm uôm mở hội
Cá múa tung tăng
Nhưng không ai biết
Con cò
Co ro
Chịu rét
Trên cành cây . . .
Đến khi cơn mưa đen rầm đằng Đông,
                                        đằng Tây
Đến khi cơn mưa đen rầm đằng Nam,
                                        đằng Bắc
Em lại thấy
Vẫn con cò ấy
Bay ra
Trắng muốt
Mừng đón cơn mưa.

1969

The Alabaster Stork

The stork comes and goes with the rain
In the dark gloomy clouds, who waits for the stork to return.
—*Ca dao/Folk poem*

When the rain blackens the sky
                      in the east,
when the rain blackens the sky
                      in the west,
when the rain blackens the sky
                      in the south, the north,
    I see a stork white as alabaster
    take wing and usher the rain . . .
Rice in the paddy ripples
                      like a broad flag,
potato plants send up
                      their dark green leaves
and the palm tree opens
                      its fronds to catch the drops.
Toads and frogs sing
                      all day and all night,
and fish dance merrily
                      flickering to that tune.
    But no one sees in the branches
    the stork shivering in the cold . . .
When the rain blackens again
                      the sky in the east,
when the rain blackens again
                      the sky in the west
when the rain blackens again
                      the sky in the south, the north,
    I see that stork white as alabaster
    take wing to proclaim the rain again.

1969

Translated by Fred Marchant and Nguyen Ba Chung

Núi Sông

Núi đứng lặng nhìn sông
Sông mềm mại trôi xa xa mãi
mang cả hồn xanh của núi
hòa với xanh trời

—Xa rồi sao sông ơi !

Núi bàng hoàng nhìn lại
Vẫn thấy bên mình dòng sông bối hối

Thế đấy em ơi
Sông đi mà vẫn ở

Núi ngày ngày soi bóng lòng sông
Thấy xanh trời
  xanh núi
    xanh trong.

1970

Mountain, River

The mountain stands still,
Looks down at the river.

The river gently flows away, away.

Bearing with it the blue
Soul of the mountain

Which mixes with the blue of the sky.

Oh River, are you gone already ?

Bewildered the mountain looks back,

Sees the gentle river still at its side.

      It's so, my love.

The river goes away, but
Always remains.

And day after day, the mountain
Looks at its image in the water

And sees the blue of the sky, the blue of
The mountain, a pure blue.

1970

Translated by Nguyen Khac Vien with Kevin Bowen

Khúc Hát Ru Những Em Bé Lớn Trên Lưng Mẹ

Em cu Tai ngủ trên lưng mẹ ơi
Em ngủ cho ngoan đừng rời lưng mẹ
Mẹ giã gạo mẹ nuôi bộ đội
Nhịp chày nghiêng giấc ngủ em nghiêng
Mồ hôi mẹ rơi má em nóng hổi
Vai mẹ gầy nhấp nhô làm gối
Lưng đưa nôi và tim hát thành lời:

—Ngủ ngoan a kay ơi, ngủ ngoan a kay hỡi
Mẹ thương a kay, mẹ thương bộ đội
Con mơ cho mẹ hạt gạo trắng ngần
Mai sau con lớn vung chày lún sâu . . .

Em cu Tai ngủ trên lưng mẹ ơi
Em ngủ cho ngoan đừng rời lưng mẹ
Mẹ đang tỉa bắp trên núi Ka lưi
Lưng núi thì to mà lưng mẹ thì nhỏ
Em ngủ ngoan em đừng làm mẹ mỏi
Mặt trời của bắp thì nằm trên đồi
Mặt trời của mẹ, em nằm trên lưng.

—Ngủ ngoan a kay ơi, ngủ ngoan a kay hỡi
Mẹ thương a kay mẹ thương làng đói
Con mơ cho mẹ hạt bắp lên đều
Mai sau con lớn phát mười Ka lưi

Em cu Tai ngủ trên lưng mẹ ơi
Em ngủ cho ngoan đừng rời lưng mẹ
Mẹ đang chuyển lán, mẹ đi đạp rừng
Thằng Mỹ đuổi ta phải rời con suối
Anh trai cầm súng, chị gái cắm chông

Lullaby for the Minority Children Growing Up
on Their Mothers' Backs

Baby Cu Tai, sleep on your mother's back
Sleep well, please, don't leave her back,
For with each step your mother pounds rice for our soldiers.
Your sleep bends to the rhythm of the pestle.
Your mother's sweat falls on your chin, burning,
Her thin shoulders are your pillows.
Her back is a hammock;
Her heart sings with these words.

"My A Kay, sleep well A Kay
I love you and I love the soldiers.
Please dream of white rice for me,
Please dream of white rice for me,
And tomorrow when you grow up
Your pestle will beat a new earth."

Baby Cu Tai sleep on your mother's back
Sleep well, please, don't leave her back,
Your mother is sowing corn on Ka Lui Mountain.
The back of the mountain is so large
And the back of the mother so small.
Sleep well baby, don't make your mother weary.
On the mountain, the sun beats down on the corn;
On her small back the sun of the mother is sleeping.

"My A Kay, sleep well, please sleep well.
I love you and I love our hungry village.
Please dream of buds of corn for me,
Please dream of buds of corn for me,
And tomorrow when you grow up
You'll clear ten Ka Lui mountains."

Baby Cu Tai, sleep on your mother's back,
Sleep well, please, don't leave her back.
Your mother is moving her hut, working her way through the jungle.
The American soldiers forced us to move from the stream.
So the young men hold guns and the young women plant pungi sticks.

Mẹ địu em đi để giành trận cuối
Từ trên lưng mẹ em đến chiến trường
Từ trong đói khổ em vào Trường Sơn

—Ngủ ngoan a kay ơi, ngủ ngoan a kay hỡi
Mẹ thương a kay, mẹ thương đất nước
Con mơ cho mẹ được thấy Bác Hồ
Mai sau con lớn làm người tự do . . .

25-5-1971

Your mother carries you toward the final battle.
From your mother's back you go toward the front.
From your hunger you will go to the Truong Son mountains.

"Please my A Kay, please sleep well, sleep well.
I love you and I love my country.
And please dream of your mother seeing Bac Ho
And tomorrow when you grow up
You will live as a man in Freedom."

March 25, 1971

Translated by Nguyen Quang Thieu and Kevin Bowen

Tiếng Đàn Bầu Và Đêm Trăng

Các chú văn công quân giải phóng
Về nhà em chơi
Chú gảy lên khúc đàn bầu
Chú đập tay ngồi hát
Ánh trăng bỗng thành bát ngát
Tiếng chim đêm cao vời
Tiếng những vì sao lang thang trên trời
Nhưng dây đàn bầu
Lại rung những âm thanh về con người và mặt đất
Tiếng ân tình mấy nghìn năm trước
Tiếng ân tình hôm nay
Chứa sẵn từ bao giờ trong dây
Cứ ngân lên với âm điệu tuyệt vời
Đằm thắm khúc ru con Nam Bộ
Tươi mát câu dân ca quan họ
Mái đình uốn cong
Nhà máy tầng tầng bên kia sông
Người nghe bắt gặp mình trong tiếng đàn nồng ấm
Chị dân quân lái máy cày
Ngón chân cái vết bùn non còn lấm
Cụ già mấy lần tiễn cháu con ra trận
Đông nhất là trẻ em lên chín, lên mười
Trong tiếng đàn bầu
Tất cả bỗng thành thi sĩ

Tiếng đàn bầu, tiếng đàn bầu
Ngân nga trong đêm trăng
Giữa hai mùa lúa
Dây đàn tưởng không bén tay chú nữa
Mà căng trong không gian
Tự rung lên ngàn đời sức mạnh Việt Nam

Song of the Moonlight and the Dan Bo

You play a tune on the dan bo
and clap out the rhythm with your hands.
You sit, you sing
suddenly the light of the moon is immense,
the voices of night birds rise up,
the melody of stars wanders the sky,
from the dan bo
sounds
rise that speak of men, of earth,
sounds of love, of all times past
of love today
waiting always in the string
which endlessly shapes the lovely tune,
the tenderness of Nam Bo's beauty,[1]
all the life of the people's ancient Quan Ho songs.[2]
The curve of the communal temple roof grows softer.
The factory on the other bank grows larger,
and all who listen recognize themselves in this music's warm human
    strains.
The young partisan who drives the tractor,
her big toe covered with mud,
the old people who have led so many generations to the parting shores,
and the children, so many of them . . .
all turned to poets
by the song of the dan bo.

The song of the dan bo,
vibrates and rises through the moonlight
over the two crops of rice.
The string seems to skim the finger
no longer,
but stretches into space,
sounds by itself the ancient strength of Vietnam.

---

1. Nam Bo: the southernmost part of Vietnam.
2. Song contests of alternating answering refrains common in the province of Bac
   Ninh.

Chúng em lắng nghe, nín thở
Lúc ấy rùng rùng bom nổ
Bóng cau ngã xuống cây đàn
Lung lay
Như bàn tay
Xóa đi những âm thanh dơ bẩn
Để tiếng đàn và chỉ có tiếng đàn, tuôn trào vô tận
Mát trong như suối đầu nguồn . . .

1972

And we children hold our breath. We listen.
Suddenly in the distance, bombs explode.
The shade of an areca palm spreads over the dan bo,
passes

like a hand
erasing the harsh sounds that stir hearts
leaving only the song of the dan bo,
fresh as a stream at its source.

Written in 1972 when the author was fourteen

Translated by Nguyen Khac Vien

Những Tiếng Cãi Nhau Của
Những Người Tù Tí Hon

Ngày ít phút, giặc mở cửa nhà lao
Những người tù lên ba, lên năm bò ra với nắng
Có con dê ăn bên rào cấm
Các em bảo nhau: đó là con voi

Cô bác ngồi nghe, ai cũng bật cười
Nước mắt chảy tràn trên má !

Củ chi, 1972

Hearing the Argument of the Small Prisoners

The enemy opened the cell doors a few minutes each day.
The small prisoners—three and five years old—crawled out into the sun.
On the perimeter a calf chewed on grass.
The small prisoners told each other it was an elephant.

Hearing this, the other prisoners broke into laughter,
Then tears fell down their cheeks.

Cu Chi, 1972

Translated by Nguyen Ba Chung with Bruce Weigl

Đứng Lại

—Đứng lại
hắn chạy trước tôi chừng ba bước
cái thằng biệt động quân non choẹt
chính cái thằng bắn trượt thái dương tôi

Ngón tay tôi căng thẳng trên nấc cò
băng đạn AK va bụng tôi tấm tức
chỉ cần nửa tích tắc
Không! Một phần tích tắc thôi
ngón tay tôi khẽ nhích nửa li
thì hắn không được làm người nữa

—Đứng lại
Hắn vẫn cắm cổ chạy
tôi vẫn lăm lăm khẩu súng rượt theo
đuổi bắt thật vất vả hơn nhiều
so với ấn cò một phần mười tích tắc

Điều đó tôi rất biết
cũng như tôi rất biết điều này
nếu chẳng may có sự đảo ngược
tôi tay không—phía trước
hắn lăm lăm khẩu M16—đuổi sau
có thể tôi đã hết làm người
chỉ cần một phần mười tích tắc

Băng đạn đầy đập bụng tôi tấm tức
đập mạnh hơn lại là tiếng tim tôi
"giết chết hắn dễ thôi
cứu hắn sống đời người mới khó . . ."

Giết chết hắn—dễ thôi
cứu hắn sống đời người—mới khó . . .

Stop

Stop! . . .
He ran three steps ahead of me,
a ranger with the face of a child.
His shot just missed my temple.

My fingers tightened on the trigger,
the AK's clip pressed to my stomach.
Only half a second.
No! Only a tenth of a second.
If my finger moved half a millimeter
he'd be dead.

Stop!
He kept running.
I kept running after him, rifle ready.
Chasing him was much harder
than pulling the trigger. A tenth of a second was all it would take.

I knew that so well.
Just as I knew
if the situation had been reversed,
and I ran in front empty handed,
and he ran behind, M-16 in hand,
very likely I'd have been dead.
Life and death crossing in a tenth of a second.

The clip pressed hard to my stomach,
beating harder, a disquieting thought:
"It's easy to kill him,
to save him is harder . . ."
"It's easy to kill him,
save him, it's harder . . ."

Tiếng gọi đó giục tôi vượt lên
vượt lên . . .
vượt lên
vượt lên
với tất cả sức mình
bắt được hắn
đứng lại !

Mặt trận Quảng trị—1972

Nhớ lại và chép tặng Kevin Bowen—Boston, May 1995

The thought ran forward through me,
forward . . .
forward.
With all my strength,
I forced him
to stop!

Quang Tri Campaign, 1972

Translated by Nguyen Ba Chung

Copied from memory, dedicated to Kevin Bowen—Boston, May 1995.

Vòng Trắng

Khói bom lên trời trở thành một cái vòng đen
Trên mặt đất lại sinh bao vòng trắng
Tôi với bạn tôi đi trong yên lặng
Cái yên lặng bình thường đêm sau chiến tranh
Có mất mát nào lớn bằng cái chết
Khăn tay vòng tròn như một số không
Nhưng bạn ơi ở bên trong vòng trắng
Là cái đầu bốc lửa bên trong.

1972

White Circle

Bomb smoke rises in black circles.
White circles hover along the ground.
My friend and I walk on in silence,
The silence expected after war.
No loss greater than death.
The white mourning band takes the shape of a zero.
My friend, inside that white circle
A head burns with fire.

1972

Translated by Nguyen Quang Thieu

Quảng Trị

Đâu đâu cũng thấy xương trắng
Chẳng lẽ đắp lên nền nhà
Vẻ mặt bạn tôi bối rối
Không biết xương địch hay ta ?

Làm gì còn xương Mỹ nữa
Nó rút đem hết về rồi
Còn lại đất này—xương trắng
Toàn là dân Việt ta thôi.

Quảng trị, 1974

Quang Tri

Everywhere we dug there were white bones.
What could we do? Could we just leave them?
What kind of foundation would they make for our house?
My friends were perplexed. Were they our bones or their bones?

No, I told them, there are no American bones here.
The Americans left years ago and took their bones with them.
These skeletons, scattered all over our land,
Belong only to Vietnamese.

Quang Tri, 1974

Translated by Nguyen Ba Chung with Bruce Weigl

Đất Đỏ—Nước Xanh

Bom đào đất đỏ, đỏ âu
chói chang trưa nắng một màu lửa nung.

Phễu bom sâu hóa giếng hồng
đất tuôn lặng lẽ một dòng nước xanh.

Quê mình đó phải không anh ?
đau thương mấy vẫn ngọt lành bên trong.

1975

Red Earth—Blue Water

Bombs ploughed into the red earth, berry red
Scorching sunlight burned the noon air like kiln fire

Bomb-raked funnels turned into rose water wells
A noiseless stream of blue water gushing up

That's our country isn't it friend.
The maddening agony, the honey comes from within.

Quang Binh, 1975

Translated by Nguyen Ba Chung

Người Cha

Ở đây có những con người
nửa đời Việt Bắc nửa đời Trường sơn
đã từng măng củ thay cơm
bây giờ rau dớn rau môn lại từng . . .

. . . Mộng du trắng xóa mái đầu
làng quê vẫn ở đâu đâu mút mùa
nửa đời dãi nắng dầm mưa
bàn chân không nghỉ mà chưa tới nhà

Vợ con còn cách trời xa
cha già nghìn núi mẹ già trăm sông
đến đây gió cũng đi vòng
ngoằn theo khoeo núi ngoèo theo khuỷu rừng.

1975

The Father

In this place there are so many
who spent half their life in Viet Bac, the other half along the Truong Son
    mountains,
men and women who once ate roots, bamboo shoots for meals
and now make do with taro leaves and wild tendrils.

Their great hopes have turned their skulls white,
their native villages so far away now, like distant seasons.
A lifetime working in sun and rain,
a lifetime walking, and they've yet to reach home.

All along the far horizon, families drift off to sleep.
A father old as a thousand hills, a mother old as a hundred rivers.
When the winds come, they'll have to arc and circle, climb over
the great bends and twists of the forests to get to this place.

1975

Translated by Nguyen Ba Chung with Kevin Bowen

Chờ Đợi

... Bởi nơi ta về có mười tám thôn vườn trầu, mỗi vườn trầu có bao
  nhiêu mùa hạ

chị đợi chờ quay mặt vào đêm
hai mươi năm trông chờ chóng tối
hai mươi năm cơm phần để nguội

thôi tết đừng về nữa chị tôi buồn
thôi đừng ai mừng tuổi chị tôi
chị tôi không trẻ nữa, xóm làng thương ý tứ vẫn kêu cô
xóm làng thương không khoe con trước mặt
hai mươi năm chị tôi đi đò đầy
cứ sợ đắm vì mình còn nhan sắc

vẫn được tiếng là người đứng vậy
nhưng anh tôi vẫn còn
anh tôi che cho ngọn đèn khỏi tắt
hai mươi năm áo gấm đi đêm
chị màu mỡ mà anh tôi chả biết

nhưng chị tôi không làm như con rắn que cời
lột cái xác già nua dưới gốc cây
chị thiếu anh nên chị bị thừa ra
trong giỗ tết họ hàng nội ngoại
bao nhiêu tiếng cười vẫn côi cút một mình
những đêm trái gió trở trời
tay nọ ấp tay kia
súng thon thót ngoài đồn dân vệ
một mình một mâm cơm
ngồi bên nào cũng lệch
chị chôn tuổi xuân trong má lúm đồng tiền
chị nhớ anh và mong anh như thế
và chị buồn như bông điệp xé đôi
bằng tuổi trẻ không bao giờ trở lại
anh đã nghe và cây cỏ cũng nghe
cây thương anh làm vành lá ngụy trang
dù vẫn biết không mát bóng bằng chị
dù vẫn biết không ấm bằng tóc chị
cỏ mùa khô một buổi vẫn tưng bừng

Waiting

I would return to the place called "Eighteen hamlets of Betel Gardens"—
so many gardens, so many summers—
she waits, her face toward the night.
Twenty years she longed for the sky to darken early;
twenty years, meals gone cold.

The New Year should not come again and make my sister sad;
no one should congratulate her on one more year of life.
My sister is no longer young, but out of love and respect,
the villagers call her miss;
out of love the villagers won't show their children off before her.
Twenty years. When my sister climbs on a boat loaded down with
    passengers,
she fears being drowned while still in her beautiful years.
She is known for her faithfulness;
he is still alive;
he shields the lamp to keep it from going out.
Twenty years, she wears a heavy brocade dress at night,
full of life and waiting, though my brother is unaware.
She is not like the snake who sheds old skin under the tree's shadow.
But without him, she is always the odd relative at the festival.
In the midst of the family's laughter, she is lonely.
In the cold night
her one hand warms the other.
She hears gun fire from the distant militia post.
At meals she eats alone.
No matter where she sits, the scene appears out of balance.
She hides her youth beneath her dimpled cheeks.
She misses him, longs for him;
she is sad as the flamboyant flower torn in two.
He is with those who will never return;
he has heard, and the plants and grass have heard,
how the leaves love him. They volunteer to camouflage him,
though they will never make him as cool as she, under her shade,
though they will never make him as warm as she, under her hair.

chị thổi ù dằng dặc suốt đời anh
chiếc khăn tay muốn làm buồm náo nức
chiếc khăn tay của một thời nước mắt
sẽ tung cờ hạnh phúc trước hàng hiên

Nhưng đêm nay chị vẫn còn buồn
nhẫn vẫn lỏng ngón tay khô héo
chị ơi
bằng khắc khoải hai mươi năm đời chị
chị hình dung những bước của anh về
đêm dày thế chắc tiếng gà phải khỏe
anh lẽ nào vẫn chiếc gậy tầm vông
em lẽ nào chỉ là một giòng sông
phải cay đắng quay giòng trước cầu Bình lợi ?
không thể rút về rừng đại đội một hàng ngang
đứng lọt thỏm giữa bao nhiêu thương xót
không thể nhìn đống súng thừa như nhìn thừa đũa bát
thừa đến nỗi những người còn lại
không dám nhận mình là may
hồi Mậu thân toan tính biết bao điều
chị vẫn tin chữ hợp cuối trang Kiều
hoa mai nở hai lần hoa có hậu
chị vẫn tin có mùa thu xanh đền cho cuốc kêu tháng sáu
vẫn tin có ngày hái quả cho anh

bao giờ lúa trổ đòng đòng
lúa đang trổ
anh đang về đấy chị
vuông vải đêm nay là tiếng chim khách đỏ
anh sẽ nhận ra sao sáng của riêng mình
anh ở đâu đêm chờ đợi cuối cùng
đêm quả thị
và sáng mai cô Tấm.

As alive and light as this day, as grass in the dry season,
her breath winds its way all through his life.
His bandanna should be a sail.
His bandanna of a time of tears.
One day it will wave in front of the veranda, a flag of happiness flying in
    the wind,
but tonight she is sad,
the ring loose around her withered finger.

Dear sister,
with the burden of twenty years of waiting,
you count his footsteps heading home,
the night so black, the roosters crow must be strong to break through.
Is it possible you still carry the bamboo walking-stick?
Is it possible I am only the river
that must bitterly turn before Binh Loi Bridge?
The whole company can't withdraw into the jungle at once.
Standing in the midst of so much suffering,
we can't look at the gathered stacks of guns
like extra bowls or chopsticks,
the excess so large, we who still live
don't dare to say we are the lucky ones.
During Tet Mau Than there were many plans.
She still believed in the storybook endings of Kieu then,
believed Mai flowers that bloom twice are lovers with second chances,
believed the green autumn would arrive to answer the moor hens' laments
    in June,
believed one day she would pick fruit for him
when the paddy rice blossomed . . .

The rice is blossoming.
He is returning.
The small piece of cloth tonight is the voice of the red-tailed treepie.
He will recognize his own bright star.
Where are you this last night of waiting?
Night of the Thi,
dawn of the legendary Tam.

Translated by Ngo Vinh Hai, Nguyen Ba Chung, and Kevin Bowen

Nghe Tiếng Tắc Kè Kêu Trong Thành Phố

Tắc kè . . .
tắc kè . . .
tôi giật mình
nghe
 trên cành me góc đường Công lý cũ
cái âm thanh của rừng lạc về thành phố
con tắc kè
sao mày ở đây ?

Sáng ra nhìn soi mói mỗi cành cây
chả thấy con tắc kè đâu cả
khi chùm đèn thủy ngân xanh lên trong vòm lá
tắc kè kêu như tiếng vọng về

Chợt hiện về thăm thẳm núi non kia
dưới lá là hầm, là tăng, là võng
là cơn sốt rét rừng vàng bủng
là muỗi, vắt, bom, mìn, vực sâu, đèo trơn

Những đoàn quân đi xuyên Trường sơn
ngủ ôm súng suốt một thời trai trẻ
đêm trăn trở đố nhau
bao giờ về thành phố ?
con tắc kè nhanh nhảu nói sắp về . . .

Sắp về ! . . .
sắp về ! . . .
người bạn tôi rung võng cười khoái trá
ấy là lúc những cánh rừng trút lá
mùa khô năm một nghìn chín trăm bảy tư

Ăn tết rừng xong từ giã chú tắc kè
chúng tôi xuôi ào ào cơn lũ đổ
các binh đoàn tràn vào thành phố
đang mùa thay lá những hàng me

Lá me vàng lăn tăn trải thảm phố hè
chồi xanh lăn tăn nơi đầu cành run rẩy
cơn gió thoảng chút hương rừng đâu đấy
hạt mưa đầu mùa trong suốt giữa lòng tay

On Hearing a Chameleon in the City

Tac ke
Tac ke
That noise startles me.
Listen,
a chameleon clicking in that tamarind tree.
This one jungle sound makes me lose my way.
You, up there, chameleon,
what brings you to this city street?

At first light I search in vain for this chameleon
among the yellow tamarind flowers, streaked with red.
When street lights illuminate the green dome of leaves,
that *Tac ke*—his clicking noise—begins again,

and I slip back into distant mountain scenes,
under the leaves were tunnels, ponchos, hammocks,
and mosquitoes, leeches, bombs, mines, slippery slopes
and the malaria's jaundiced fits.

Troops pass through Truong Son mountains
slide into seasons sleeping with weapons
asking if we'll ever see city lights again.
Tac ke answers from above: *sap ve*—returning soon.
Sap ve! . . .
Returning soon! . . .
Hammocks quiver—this news has us in an uproar.
The trees quiver too, releasing confetti leaves
during the dry season of 1974.

The last Tet we spend in the Jungle. So long, *Tac ke.*
We leave like the rainy season rushing downstream—
an entire army streaming toward the city
where tamarinds have surrendered last season's leaves.

On the streets, tamarinds spread a yellow carpet.
Naked blue-green buds shiver on the limbs.
A hint of jungle wafts in on a fit of wind
and rain begins its season deep inside my gut.

Người bạn tôi không về tới nơi này
anh gục ngã bên kia cầu xa lộ
anh nằm lại trước cửa vào thành phố
giây phút lạnh lùng chấm dứt cuộc chiến tranh

Đồng đội bao người không về tới như anh
nằm lại Cầu Bông, Đồng dù . . . và xa nữa
tất cả họ suốt một thời máu lửa
đều ước ao thật giản dị
sắp về . . .

Qua hai mùa thay lá những hàng me
cái tết hòa bình thứ ba đã tới
chao ôi nhớ tết rừng không hương khói
đốt nhang lên
chợt tiếng tắc kè

Tôi giật mình
nghe
có ai nói ở cành me
sắp về !

Thành phố Hồ chí Minh, tết Mậu ngọ, 1978

My friend will not return. I saw him slump
on the far side of the bridge. Came all that distance
to arrive lying prostrate at the city's entrance.
In one indifferent instant his war ended.

In the paddies and cane fields lie our unreturning,
cut down at Cau Bong, Dong Du . . . and distant places,
generations whose seasons rained blood and fire;
who shared the same, simple hope:
"*Sap ve*"—returning soon."

I have seen the tamarinds change their leaves twice since.
Now, while I celebrate my third peaceful Tet,
I remember jungle Tets without incense,
the smoke's votive ascent.
A sudden clicking: *Tac ke.*

The noise startles me.
Listen,
to the voice in the tamarind tree:
Sap ve!

Ho Chi Minh City, Tet—Year of the Horse, 1978
(Tenth anniversary of the Tet offensive, 1968)

Translated by Lucy Nguyen and Chris Gompert

Mùi Nhang Đêm Giao Thừa

Đêm giao thừa, cả nhà tôi thức dậy
Châm đèn lên, vợ tôi thắp nén nhang
Cái hương liệu của tổ tiên truyền lại
Cứ âm u tỏa khói ở trên bàn

Các con tôi ngồi im như bức vách
Nghe vợ tôi gọi hồn thầm thì
Tôi lại thấy cổ mình nghèn nghẹn
Khi nhớ về năm tháng chúng tôi đi

Năm tháng chúng tôi đi cánh rừng xao xác lá
Trước mặt đạn bom, sau lưng cũng đạn bom
Tiểu đoàn tôi ba trăm người tất cả
Chỉ còn năm, khi về tới Sài gón . . .

Thôi chẳng nhắc chuyện xưa làm gì nữa
Hãy về đây, ơi bạn bè gần xa
Hãy về đây, ơi bạn bè một thủa
Về cả những ai không cửa không nhà

Xin hãy về đây đừng lo lạc lối
Đã có mùi nhang làm người đưa đường
Ta cùng uống với nhau ly rượu chợ
Cùng xem mùa xuân giữa chốn phố phường

Nhang vẫn cháy âm thầm trên bát gỗ
Cả nhà tôi thao thức suốt đêm khuya
Gió lay động lá khô rơi ngoài ngõ
Tôi nghe như tiếng chân bạn bè về . . .

1978

The Incense Smell on New Year's Eve

My family wakes at midnight, New Year's Eve.
Lamps blazing, my wife lights the joss sticks.
Spirits of our ancestors
Whirl like dense smoke from the altar.

Like the silent wall, my children sit still,
Listen to my wife's inaudible call to the spirits.
I feel as if my throat is being choked,
Memories of past days and years come rushing back . . .

Days and years when we crossed the forest stirring dead leaves.
Bombs rained down before us, bombs fell behind us.
My battalion was three hundred men strong.
Only five were left when we reached Saigon.

But we shouldn't talk of the past.
Let's gather together dear friends, near and far.
Let's gather together friends of days past,
Friends with no place to go, no home.

Let's gather here where no one will be lost;
The scent of joss sticks will lead the way.
Let's drink a cup of wine together;
Together let's celebrate spring.

The incense still burns in the urn.
My family stays up through the night.
Wind rustles leaves at the gate.
For a moment I hear my friends' footsteps coming home. . . .

1978

Translated by Nguyen Ba Chung and Bruce Weigl

Thương Về Ngày Trước

Bao người yêu đi tiễn đưa nhau
Những chuyến xe khuất về biên giới
Người yêu tôi trước cũng là bộ đội
Ngày lên đường tôi chẳng tiễn chân theo

Ngày ấy, nào anh đã có em đâu
Tuổi mười sáu ghi nhiều nhật ký
Những hàng phố, những tình yêu thơ trẻ
Có dòng nào trong đó nhắc tên em ?

Chuyện qua rồi, anh cũng đã quên
Chẳng dám trách, chỉ thoáng buồn nho nhỏ
Lòng những muốn trở thành ngọn cỏ
Bên lề đường ngày đó tiễn anh đi

Muốn thành rừng muôn tán lá chở che
Muốn thành suối giữa đường xa nắng rát
Khi anh ngủ em muốn thành bài hát
Hát ru lời của mẹ ngày xưa
Cơn sốt rừng vàng mắt sạm da
Em, đồng đội sẻ cùng anh ca nước
Làm hạt bụi dưới chân anh bước
Làm mái nhà che những cơn mưa
Bao gạo quàng vai trong cơn đói sớm trưa
Làm ánh lửa giữa rừng khuya phía trước
Lòng em thương làm sao mà nói được
Như trời xanh vô tận mãi màu xanh
Dẫu bây giờ em đã ở bên anh
Chung lo lắng, chung vui buồn mơ ước
Em vẫn cứ thương về ngày trước
Người yêu em thủa ấy có em đâu . . .

Worried Over the Days Past

Many went to see their lovers off,
Their trucks disappeared into the border region.
My love too was a soldier,
But I was not there when he left.

Those days, you hadn't reached me yet!
Sixteen years old, the pages of your diary full;
You wrote about the streets, the young lovers.
Was there anything there you wrote of me?

An old story—you'd already forgotten.
You had no complaints, only a little sadness.
I wish I could have been those blades of grass
Swaying along the road as you left.

I wish I could have been a forest with grand canopies,
Or a spring by the scorching paths to cool you.
I wish I could have been a lullaby when you slept,
Singing our mother's old songs

When the forest fever yellowed your eyes and blackened your skin,
I would be your comrade to bring you a cup of cool water.
I would be the grain of dust along the road you walked,
A roof to cover you from the rain,
A rice satchel hung over your shoulder when you were hungry,
A flame lighting the darkness in the forest ahead.
My love for you is beyond telling:
Like the blue sky—the blue unfathomable sky.
Even now when I have you by my side
And we share our common worries, dreams, and joys,
I still worry about those days,
Days when you hadn't reached me yet.

Translated by Nguyen Ba Chung and Kevin Bowen

Ánh Trăng

Hồi nhỏ sống với đồng
với sông rồi với bể
hồi chiến tranh ở rừng
vầng trăng thành tri kỷ

Trần trụi với thiên nhiên
hồn nhiên như cây cỏ
ngỡ không bao giờ quên
cái vầng trăng tình nghĩa

Từ hồi về thành phố
quen ánh điện cửa gương
vầng trăng đi qua ngõ
như người dưng qua đường

Thình lình đèn điện tắt
phòng buyn-đinh tối om
vội bật tung cửa sổ
đột ngột vầng trăng tròn

Ngửa mặt lên nhìn mặt
có cái gì rưng rưng
như là đồng là bể
như là sông là rừng

Trăng cứ tròn vành vạnh
kể chi người vô tình
ánh trăng im phăng phắc
đủ cho ta giật mình.

1978

Moonlight

Our childhood, we had no time
to spend idling by rivers and seas.
The war so soon upon us. In the jungle
the moon's halo, our only close friend.

Our lives stripped bare under the heavens,
we lived free as the wild grasses;
nothing to miss or forget,
only the moon's pure halo of friendship.

But from the time we came back to the city,
accustomed to electric lights and glass doors,
we began to believe that the moon's halo
had passed like a stranger across the road.

The lights went out,
darkening the building,
we rushed to open the window,
saw the full moon's halo.

Tonight, I lift my face and look
to see if anything still shines,
shines as bright as the rice field,
bright as the ocean, as the river, the jungle.

Old round moon, so perfectly round,
look down on this indifferent one;
let your light, so calm and silent, absolutely silent,
be enough to awaken me.

1978

Translated by Kevin Bowen

Phan Thiết Có Anh Tôi

Anh không giữ cho mình dù chỉ là ngọn cỏ
đồi thì rộng anh không vuông đất nhỏ
đất và trời Phan Thiết có anh tôi
chính ở đây anh thấy biển lần đầu
qua cửa hầm
sau những ngày vượt dốc
biển thì rộng căn hầm quá chật
khẽ trở mình cát đã trắng hai vai

trong căn hầm mùi thuốc súng mồ hôi
tim anh đập không sao ghìm lại được
gió nồng nàn hơi nước
biển như một con tàu sắp sửa kéo còi đi

những ngôi sao tìm cách sáng về khuya
những người lính mở đường đi lấy nước
họ lách qua những cánh đồi tháng chạp
trong đoàn người dò dẫm có anh tôi
biển ùa ra xoắn lấy mọi người
vì yêu biển mà họ thành sơ hở
anh tôi mất sau loạt bom tọa độ
mặt anh còn cách nước một vài gang
anh ở đây mà em mãi đi tìm
em hy vọng để lấy đà vượt dốc
Tân Cảnh
Sa Thùy
Đắc Pét
Đắc Tô

em đã qua những cơn sốt anh qua
em đã gặp trận mưa rừng anh gặp
vẫn không ngờ có một trưa Phan Thiết
em một mình đứng khóc ở sau xe

In Phan Thiet

Brother, nothing belongs to you
not one blade of grass.
This hill covers much land,
but you don't even have a grave.

It was here you came upon the sea for the first time,
your tunnel leading out to it after days of climbing,
and it must have seemed immense after that hole
where sand turned you white at the slightest motion.

The stench of gun powder and sweat in that place
must have driven your heart wild with uncontrollable
beating, but then the wind rose, moist, warm, fresh,
and the sea rocked before you like a ship about to leave.

The stars always manage to shine, and by their light, you
and your comrades slipped through the hills cutting trails
toward the water. It was December, you were there, the sea moved
to embrace you, embrace you all, but it was a careless movement.

Bombs rained down, where you stood
and you died with your face
a few feet from the water.

There you were, and I
had been looking,
searching everywhere,
dragging myself through
Tan Canh,
Sa Thuy,
Dac Pet,
Dac To.

The fevers you once had, I now had, soaked in the same
rain you were soaked in as it blanketed the forests.
But I never dreamed of the rain in Phan Thiet and a time
years later when I would sit in the back of a jeep full of soldiers
trying to conceal my tears, searching for your remains.

Cánh rừng còn kia trận mạc còn kia
vài bước nữa thì tới đường số một
vài bước nữa
thế mà
không thể khác
biển màu gì thăm thẳm lúc anh đi

em chưa hay cánh đồi ấy tên gì
nhưng em biết ngày ngày anh vẫn đứng
anh chưa biết đã tan cơn báo động
chưa biết tin nhà chưa nhận ra em

không nằm trong nghĩa trang
anh ở với đồi, anh xanh vào cỏ
cỏ ở đây thành nhang khói của nhà mình
đồi ở đây cũng là con của mẹ
lo liệu trong nhà dồn xuống vai em

Ánh đèn khuya Phan Thiết bước vào đêm
Đèn thành phố soi người đi câu cá
Anh không ngủ, người đi câu không ngủ
Biển đêm đêm trò chuyện với hai người

Cứ thế từng ngày Phan Thiết có anh tôi . . .

1981

The forest is still there, the battleground still there.
A few steps, a few lousy steps
and you would have reached
Route 1.
But it was too far.

Did the vastness of the sea envelope you when it hit?

I still don't know the name of that hill
in Phan Thiet where you stand guard,
unaware the alert has ended,
unaware of the news from home,
or of your brother's face.

Your home is not a cemetery.
You have remained on that hill,
burrowing into its green grass,
the blades of it our family's joss sticks,
and the hill our mother's inheritance,
leaving me to care for the rest.

The nights of Phan Thiet have grown darker.
The lights of the city light the way for a fisherman.
You do not sleep, and the fisherman does not sleep.
The sea tells both of you its stories night after night.

And day after day
Phan Thiet has my brother.

1981

Translated by Nguyen Ba Chung; adapted by George Evans

Nơi Con Sông

Anh trở về thành phố cổ xưa
Nơi con sông đang bạc màu nước lũ
Nơi dày lên một chiều sâu quá khứ
Của quê hương và của em, anh . . .

Sông giữa hồn anh cái ngày ấy trong lành
Em nón trắng trong chiều phố nhỏ
Em áo tím hong tóc dài đợi gió
Chuông nhà thờ một nhịp rộn ràng ngân

Đổ nát rồi thành phố thuở chiến tranh
Anh tiếc nuối thương từng con đường nhỏ
Như có máu trong mùa hoa phượng đỏ
Rơi xuống đời từng mảnh đau thương

Giấc mơ đêm thành phố vẫn y nguyên
Mỗi nét lượn mỗi dáng cao phố cũ
Em trinh trắng nụ cười hoa hồng nở
Mắt sao trời soi thấu trái tim anh

Anh bồi hồi thương con nước sông dâng
Thương dĩ vãng qua rồi không trở lại
Em biền biệt trước mùa đông nắng ải
Lau trắng bay hiu hắt cuối triền sông

Nhớ và thương cứ vương víu trên lòng
Thành cổ đứng trong tim đời muôn thuở
Năm tháng đi mà tình yêu vẫn ở
Mai cho dù tóc trắng với ngàn lau.

Thành cổ Quảng Trị, 1983

Where the River Flowed

I returned to the old city,
to where the silver flood waters once overflowed
to memories of an afternoon far past,
to our native town, yours and mine.

That beautiful day still alive in my mind:
you and your white hat, the afternoon light in the small street,
your purple dress, your long hair fluttering in the wind,
and the church bells sounding a thousand times.

Old city destroyed in the war.
I ache for your every small street,
ache as if my blood ran through those flamboyant flowers,
part of me falling away with each lost petal.

But in my dream the city was untouched,
the streets were alive, rippling like waves.
Your smile was a rose just blossoming;
and your eyes burned like stars through my heart.

How I miss those flowing waters,
a past that can never return,
your look in the weak winter light,
the long reeds leaning on the far side of the river.

How memory and longing fill my heart;
how the old city fills my mind;
how my love for you has remained with the years,
and my hair grown gray like the tall reed flowers.

Quang Tri City, 1983

Translated by Ngo Vinh Hai and Kevin Bowen

Yên Nghỉ

Lại về đây dưới bóng mát rừng già
những người lính nghỉ ngơi sau trận đánh
cái hạnh phúc của những người chiến thắng
phút giây này không thể có gì so

lại vùi đầu vào tận đáy ba lô
trang nhật ký dày thêm giòng mới viết
phong thư tình cũng như vừa thoát chết
con tem tròn cứ mở mắt đăm đăm

chợt nhìn lên đâu đó thật xa xăm
đám mây đỏ cuối trời như máu ứa
chúng tôi nhớ những ai không về nữa
thành đám mây thắp lửa ở trong chiều

họ nằm đây
dưới nấm đất thân yêu
đất vẫn đất đã từng che chở họ
đất mở chiến hào, đất đào công sự
ngọn cỏ nào không từ đất mọc lên

đất tỉ tê bằng giọng chú dế mèn
đến tâm sự với người lính trẻ
giờ đất lại mở như lòng mẹ
hát ru anh trong giấc ngủ cuối cùng

những bước chân xin hãy nhẹ nhàng hơn
bài điếu văn cũng đừng sang sảng quá
rừng thổn thức để rơi vài chiếc lá
lá thì vàng mà tóc họ đang xanh

họ đứng cao hơn tất cả mọi hư danh
mọi chức tước, tiền tài, tên tuổi
không gỗ đá, tượng đài nào tạc nổi
tượng đài nào tạc nổi được tình yêu

ai ngoài kia ngồi nhấm những vòng hoa
những tang lễ cờ dong trống mở
đây người lính tận khi nằm xuống mộ
vẫn gối đầu trên tăng võng đơn sơ

The Repose

We walked back into the shade of the old forest again,
soldiers, exhausted, looking for rest after battle.
The happiness of victory:
these moments have no equal.

Heads thrust to the bottoms of rucksacks,
we pulled out diaries to add a few more pages.
A love letter, an escape from death;
its round stamp to open eyes never to close.

I looked to the sky and watched the sea
of red clouds grow bloody all along the horizon.
We miss those who won't return; tonight
they are the clouds that light the dusk on fire.

They lie here
in earth's sweet grave.
The earth that gave them cover,
the earth they used for tunneling, for shelters.
What blade of grass doesn't rise from earth?

Earth whispers the cricket's song.
Earth whispers its secrets to the young soldiers.
Earth opens its arms like a mother
singing a lullaby to hurry them to their last sleep.

Our steps fall a bit softer now.
A quiet eulogy, spared of eloquence.
With fallen leaves, the forest moans its losses.
The forest leaves are old; their hairs still young.

They didn't care for glory or flattery.
They were above the wish for rank, and fame, and wealth.
No stone or monument can do them justice.
What monument could inscribe that love?

A soldier sits counting out wreaths.
The ceremony starts. With drums and unfurled flags
Soldiers lowered into the earth.
On simple nylon pillows their heads are resting.

họ cũng như ta
có bao kẻ đang chờ
ở đâu đó những mắt em mắt mẹ
tấm huân chương, mảnh bằng vàng liệt sĩ
không thể nào thay thế được họ đâu

không thể nào xoa dịu được nỗi đau
những mỹ tự không sao tìm đúng chỗ
chỉ có họ và duy có họ
mới tìm ra mới biết cách trả lời

họ nằm đây
gần gũi
xa xôi
một tấm bia cắm hờ trên mặt đất
mấy giòng chữ, một cái tên mờ nhạt
một cái tên như ngàn vạn cái tên
mộc mạc quê mùa dễ nhớ cũng mau quên

những tôi biết
những người nằm dưới đó
đã từng yêu—họ đã từng đau khổ
từng sướng vui
từng cao thượng, yếu hèn
có mặt trên đời dẫu chỉ bấy nhiêu năm
họ đã biết sống cho ra sống
và biết chết như đã từng biết sống
(Hơn những ai tồn tại trăm năm
mà thật ra chưa hề sống một lần)
và có điều này
sau tất cả những đau thương mất mát
nếu một lần nữa được sống thêm
họ vẫn thế
vẫn không sao sống khác

1983

trích trường ca "Sông núi trên vai"

Like us they had loved ones waiting.
Somewhere the eyes of a sister, a mother, darkened.
The medals, the gold hero's proclamations,
can never take their place.

Never lessen the grief.
No words tell their story.
Only they, and they alone
could tell, could give the proper explanations.

Here they lie.
So close.
So far.
A stone stuck into the earth.
A few lines of words, a faintly marked name,
a name like a thousand names,
common, rustic—easy to remember, easy to forget.

But I know
those who lie here.
Once they loved, suffered,
tasted joys,
were kind, some even weak and feeble-minded:
this their lot of earthly years.
They knew how to live a life worth living,
knew how to die the way they lived,
(more than those who could count a hundred years
and yet in truth had never lived),

and one more thing,
after all the suffering and loss,
if given a chance,
they would live as they did
they could not live any other way.

Excerpt from long poem "Mountain and River on the Shoulder," 1983

Translated by Nguyen Ba Chung, Nguyen Quang Thieu, and Kevin Bowen

Khoảng Cách Giữa Lời

Biết làm sao! Chúng ta quá nhiều lời,
Ở những chỗ lẽ ra cần nói ngắn.

Bao lần em lẳng lặng
Đủ tôi khiến bàng hoàng.

Khi phần nói lấn hết phần được sống
Lấn hết mọi điều tiềm ẩn giữa đầu,
Thì vạn câu thơ cũng thành rẻ rúng
Liệu còn gì vang vọng giữa trong nhau ?

1983

The Space between Words

What can we do? We've spoken too many words.
We needed only a few.

So many times you've been silent.
That silence stunning me.

When voices drown out lives,
We seek hidden things, secret places.
Then a thousand lines of poetry mean nothing.
What's left to say between us?

1983

Translated by Nguyen Ba Chung and Kevin Bowen

Xon-Nê Xe Đò

Chất lên mui xe chất vào thùng xe
tất cả là không khí, có chi nặng nề
lốp xe cũ mềm mà em mới cứng
quần gin áo pun mắt nhìn xay mê

nếu như tôi là một chiếc xe đò
tôi nguyện chở em cùng trời cuối đất
dù chạy bằng than dù chạy bằng xăng
tốc độ thơ tôi sẽ làm em chóng mặt

chúng ta mang cả vũ trụ trên lưng
bình tĩnh đứng trước ba-ri-e kiểm soát
không chở hàng lậu thuế không chở hàng quốc cấm

thùng xe tâm hồn tôi chở em và vô cùng
chúng ta mang cả vũ trụ trên lưng
không khí nụ cười quần gin áo pun.

Sonnet for the Bus

Everything piled on top of the bus. Inside,
nothing but air. Nothing weighs on us.
The tires so old, but you're very tough,
with your T-shirts, dungarees, and hungry eyes.

If on this bus I promise to carry you
to the ends of the earth and sky,
don't wonder if the bus flies on gas or coal,
my poetry will be enough to speed us by.

We'll carry the whole world on our backs,
be calm before barriers: we carry
no contraband, no state prohibited goods.

The cart of my soul will carry both you and infinity.
We'll carry the whole world on our backs,
in country smiles, dungarees, and T-shirts.

Translated by Nguyen Quang Thieu and Kevin Bowen

Một Vị Tướng Về Hưu

Tặng Nguyễn Chuông và những người anh ở sư đoàn cũ

Thôi đã dứt đường binh nghiệp
Tuổi hưu rồi, bác ở quê
Chạnh nhớ bạn bè thủa trước
Cùng đi có đứa không về

Người vợ tuổi già như bác
Miếng trầu nhai giập chiều mưa
Hồi son trẻ xa nhau mãi
Giờ thương biết mấy cho vừa ?

Huân chương xếp vào góc tủ
Nay hàm tướng tá mà chi
Tuổi già công danh xem nhẹ
Cuộc đời như nước trôi đi

Ngày trước bạn cùng súng đạn
Nay khuây hàng xóm: bạn già
Bao dốc bao rừng đã vượt
Lối vườn quanh quẩn vào ra

Ngày đi khuất bóng mẹ cha
Ngày về sửa sang mộ cũ
Âm thầm một tấc đất sâu
Hương khói tỏ mờ màu cỏ

Ngôi nhà nắng mưa vẫn đó
Đàn con mỗi đứa một nơi
Nếu không có trẻ hàng xóm
Tuổi già hẳn nhiều đơn côi

Những đêm gió thổi buốt trời
Vết thương cũ còn đau nhức
Sư đoàn năm xưa giờ đâu
Người cũ ai còn, ai mất ?

Về hưu, giờ thôi quyền chức
Ai người nhớ bác lại chơi
Ai kẻ xa lòng tránh mặt
Niềm riêng một mảng trăng trời . . .

A Retired General

Dedicated to Nguyen Chuong and the brothers of my division

Your days in the army are over.
Now you stay home in the village,
thinking of old friends,
the many who went and didn't return.

Your wife grown old beside you. How many
years chewing betel nuts in afternoon rain.
So young when you parted, the years of longing;
how much love can make amends?

The medals rest in the old chest.
What's a general, a commander's rank for now?
Old fame and glory pointless,
life flows by like fast running water.

Once a friend to guns and fighting.
Now you wile away hours with neighbors.
Once you crossed thick mountains and forests,
Now you wander a small garden path.

Your parents long dead,
you rebuild their graves,
on a quiet yard of earth, watch
incense rise like shimmering grass.

Rain and sun beat down on the small house
your children have left.
Without the many neighbors
your life would dissolve into loneliness.

Nights when the winds blow cold,
the old wounds attack.
Where is the division now?
Who's still there, who's lost?

Your power and rank surrendered,
who remembers you, who comes to visit?
Who forgets, who stays away?
You live alone with the moon and the sky . . .

Translated by Nguyen Ba Chung, Nguyen Quang Thieu, Kevin Bowen

Từ Thế Thi Ca

1

Anh không ở lại yêu hoa mãi được
Thiêu xong, anh về các trời khác cũng đầy hoa
Chỉ tiếc không có tình yêu ở đó

2

Anh thành một nhúm xương gio trong bình
Em đừng khóc
Ngoài vườn hoa cỏ mọc

3

Cho dù trái đất không còn anh
Anh vẫn còn nguyên trái đất
Tặng cho mình.

4

Những kẻ nguyền rủa anh sẽ buồn
Chả còn anh cho họ giết
Dao sẵn rồi, họ không dễ để yên

5

Những bạn bè yêu anh sẽ gặp anh
   trong cỏ
    trong hạt sương
    trong đá
     trong những gì
      không phải anh

Anh tồn tại mãi
Không bằng tuổi tên
Mà như tro bụi
Như ngọn cỏ tàn đến tiết lại trồi lên.

Leaving off Poetry

1

I can't stay here to love the flowers forever—
After the cremation I'll go to other heavens, also full of flowers.
My only regret—there'll be a different kind of love there.

2

I turn into a pile of ashes in a vase.
Please don't cry.
Grass still grows in the garden.

3

The earth has lost me.
The whole earth is given me
As a gift.

4

Those who curse me will be sad,
I'm no longer there for them to slay.
Their knife is ready, it's not easy for them to leave men at peace.

5

Friends who love me will see me
        in the grass
           in the dew
               in the stone
                   in all the things
                       that are not me.

I'll live forever.
Not with my name,
But with ashes and dust.
Like the withered grass shooting up again each spring.

Translated by Nguyen Ba Chung and Kevin Bowen

Thơ Tặng Cháu

Có con thêm một lần trẻ lại
Sau đó già đi: con lấy chồng
Bây giờ lại một lần trẻ nữa
Có thằng cháu ngoại gọi mình "Ông"

Trông chú buồn cười mà ngộ nghĩnh
Cháu vừa một tuổi, ông sáu mươi
Mùa xuân vĩnh viễn—con đường nối
Những bước đầu tiên, bước cuối đời

Ông cháu xem chừng thích hợp nhau
Tóc bông tóc lụa trộn chung màu
Mỗi lần bế bé thơm mùi sữa
Những ngón tay hồng vuốt trắng râu.

1984

Poem for My Grandson

When my child was born, I was young again,
Then I grew old; my daughter married.
But now, again I'm young:
I have a grandson who calls me Grandpa.

He looks funny, and beautifully strange.
When he is one, and I am sixty,
Eternal spring—the road that connects
This life's first and last steps.

My grandson and I seem suited for each other:
Hair like cotton, hair like silk blend together in the end.
When I hold him, I smell his mother's milk
And his fingers stroke my white beard.

1984

Translated by Nguyen Quang Thieu and Bruce Weigl

Người Đàn Bà Ngồi Đan

Giữa chiều lạnh
một người đàn bà ngồi đan bên cửa sổ
vẻ vừa nhẫn nại vừa vội vã
nhẫn nại như thể đó là việc phải làm suốt đời
vội vã như thể đó là lần sau chót

Không thở dài
không mỉm cười
Chị đang giữ kín đau thương
hay là hạnh phúc
lòng chị đang tràn đầy niềm tin
hay là ngờ vực

Không một lần nào chị ngẩng nhìn lên
Chị đang qua những phút giây trước lần gặp mặt
hay sau buổi chia ly
Trong mũi đan kia ẩn giấu niềm hân hoan hay nỗi lo âu
trong đôi mắt kia là chán chường hay hy vọng

Giữa chiều lạnh
một người đàn bà ngồi đan bên cửa sổ
dưới chân chị
cuộn len như quả cầu xanh
đang lăn những vòng chậm rãi.

1-1984

Woman Knitting

In the cold afternoon
a woman sits by a window knitting.
She seems so patient and so anxious.
Patient for she has the rest of her life.
Anxious for these may be her last moments.

No sighs.
No smiles.
Is it grief she hides?
Or is it happiness?
Is she filled with hope?
Or is it doubt she feels?

She never looks up.
Does she look back to moments of first meetings,
or times of parting?

Does her knitting hide joy or sorrow?
Is it hope or worry there in her eyes?

In the cold afternoon
a woman sits by a window knitting.
Under her feet,
a roll of wool, a round blue globe,
slowly unravels its circles.

January 1984

Translated by Thuy Hunt and Kevin Bowen

Tiếng Chuông

Tôi thích nghe tiếng chuông chùa
Sa vào hoang vắng

Khi mặt trời đang lặn.

Cây hải đường trầm ngâm
Cánh con chim cuối cùng
   lách vào giậu duối.

Tiếng chuông ấy
   đã thấm vào tôi từ ngày nhỏ tuổi
Như đã thấm hương mộc hương lan
   hương hồng hương bưởi
Cùng sắc tía của trà
   và thắm mẫu đơn.

Và từ đó
   mỗi chiều hôm
Tôi vẫn một mình đứng lắng
Khi mặt trời đang lặn
Tiếng chuông
   lan xa
     thong thả
      từng hồi
Tiễn mỗi ngày đi
   như nỗi bâng khuâng
     cõi sống
      con người.

The Bells

I love to listen to the call of the pagoda bell
the sound softly falling away
at sunset.

The camellia tree leaning pensively
wings of a last bird
                       disappearing into the banana grove.

The peal of that bell
                   seeping into me since childhood
rich as the fragrance of wood, or orchids
                          roses, or grape-fruits
the purple of tra
           and the crimson peonies.

Since then
         every afternoon
I stand alone and still.
At sunset hear
the bell's peals
         spreading out
              slowly
                 in groups
telling farewell to the day
         a thousand thoughts about nothing
                   this world of ours
                       humans.

Translated by Nguyen Ba Chung with Kevin Bowen

Hò Hẹn Mãi Cuối Cùng Em Cũng Đến

Hò hẹn mãi cuối cùng em cũng đến
Chỉ tiếc mùa thu vừa mới đi rồi
Còn sót lại trên bàn bông cúc tím
Bốn cánh tàn, ba cánh sắp sửa rơi

Hò hẹn mãi cuối cùng em đã tới
Như cánh chim trong mắt của chân trời
Ta đã chán lời vu vơ giả dối
Hót lên ! Dù đau xót một lần thôi

Chần chừ mãi cuối cùng em cũng nói
Rằng bồ câu không chết trẻ bao giờ
Anh sợ hãi bây giờ anh mới nhớ
Em hay là cơn bão tự ngàn xa

Quả tim em như căn nhà bé nhỏ
Gió em vào—nếu chán—gió lại ra

Hò hẹn mãi cuối cùng em đứng đó
Dẫu mùa thu, hoa cúc cướp anh rồi . . .

1985

After Many Missed Dates, You Finally Come

After many missed dates, you finally come.
Autumn, regrettably, has just passed.
On the table, the purple chrysanthemum—
Four withered petals, and three about to fall.

After many missed dates, you finally come
Like the bird's wings in the eye of the horizon.
I grow tired of vague and false words.
Even if our lives were once painful, we must sing.

After much hesitation, you finally say
That doves by nature never die young.
Afraid for so long, I remember now
You are a windstorm from a distant shore.

My heart is a small house
That your wind may enter and, if unsatisfied, leave.
After so many missed dates, you finally stand here,
But the autumn chrysanthemum has taken me away . . .

1985

Translated by Nguyen Ba Chung, Nguyen Quang Thieu, and Bruce Weigl

Nói Với Trái Tim

Biết bao ngôn ngữ trên đời
Làm sao nói hết những lời trái tim

Sau một đêm dài thức trắng vì thơ
Chợt tia nắng soi vào phòng tôi tinh nghịch
Tôi chạy ra sân
Chạy như trẻ con
Làm vỡ tung những hạt sương trên đất
Ngực áp lên bao ngọn cỏ mềm
Nghe trời đất thấm vào hồn như rượu
Bỗng lạ lùng
Nhận ra dáng trái tim mình như dáng lưỡi cày
Úp lên ngực đất
Đập thình thình cày lên thời gian
Trái tim dịu dàng, trái tim đằm thắm
Sao em lại mang dáng lưỡi cày
Để đau buồn chạm vào em là buốt nhói
Để tình yêu chạm vào em tốt tươi
Em là nơi bắt đầu, là nơi kết thúc
Nhưng chẳng bao giờ có biên giới trong em
Em sinh ra để làm ra, để chứng kiến và để

chứa đựng

Nỗi buồn, tình thương và hạnh phúc
Không gian không sâu thẳm bằng em
Biển khơi không dữ dội bằng em
Mặt trời không nóng bức bằng em

Ôi trái tim
Sao em lại mang dáng lưỡi cày
Để suốt đời không bao giờ yên ổn
Để suốt đời cày lên
Đớn đau và hạnh phúc.

Speaking to the Heart

A thousand tongues the world may speak
None can exhaust the heart's language

After a long night up writing poems,
a streak of sunlight leapt into my room.
I ran to the yard,
running as if I were a child
footprints breaking the earth's first dew,
chest brushing the soft grass.
Earth and sky seeped into me like wine.
Startled,
I saw my heart in the shape of a ploughshare
resting on the earth's shoulder,
the heart thumping steadily, ploughing into time.
The heart is gentle, the heart is fervent.
Why did my heart have the ploughshare's shape?
When sorrows touch, it stings.
When love touches, it blossoms.
The heart is the beginning, the heart is also the end.
In the heart no boundaries.
The heart born to create, to see, to hold
sorrows, loves, and joys.
No space deeper than the heart.
No ocean as fierce.
No sun as hot.

O heart,
Why should you take the shape of a ploughshare?
Our whole life you never rest.
Our whole life you plough.
Plough
our sorrows and joys.

Translated by Nguyen Ba Chung, Nguyen Quang Thieu, and Kevin Bowen

Mong Em Về Trước Cơn Mưa

Tặng N.

mong em về trước cơn mưa
mây giăng kín núi đò chưa cập cầu
thương em nhiều nỗi nông sâu
truân chiên con nước biết đâu anh dò
ba mươi năm một chuyến đò
chưa xong chuyến lại thân cò sang sông
trăm năm một cõi bềnh bồng
chanh chua chát chuối vẫn nồng trầu cau
em còn đợi chuyến đò sau
hay là không thể đợi nhau bờ này ?
em về lấy tóc chẻ mây
buộc anh đứng lại như cây sông Hàn
để cho anh với bạch đàn
ngẩn ngơ che nắng ngỡ ngàng trú mưa
lòng anh như tấm vải thưa
em con mắt thánh đung đưa ước gì ?
thôi đừng cong nữa làn mi
trời sinh con mắt khỏi đi đường vòng
lòng anh con nước đang ròng
biển đau rút ruột cua còng chỏng chơ
lấy khăn mà gói bơ vơ
tay cầm nước mắt bao giờ sang sông ?
gặp minh mang cũng mênh mông
nắng qua bao chuyến mà không nhạt nhòa
lòng anh rúc tiếng tù và
gọi đò mãi . . . bỗng nhớ ra gọi mình.

Sông Hàn 1985

Come before the Rain Falls

Come before the rain falls,
Before clouds teem over the peaks and
    boats founder midstream
over the rolling waves.
    Like the river's depths and shallows
    You are difficult to fathom.
In thirty years you've made only one crossing.
That crossing barely over; the stork made to cross again.
Life is a hundred years rolling and rocking,
warm and endearing like betel nut,
sour and bitter like a green.
Are you waiting until another crossing
Because you think we are not going to meet again?

Your hair can split the clouds
and bind me like a tree standing
    motionless on the Han River.
I will be a eucalyptus—showering shade in sadness,
    reluctantly screening the rain.
With your fairy eyes my mind is transparent cloth.
What do you look for?

Don't arch your brows,
Heaven gives us eyes to look straight.
Like a river overflowing, my heart has been sucked dry by the sea,
Leaving me only a few shuttling claws and crayfish.
We'll wrap our blankets around this feeling of loss.
Can we still make the crossing with all our tears?
In the face of this vast distance, let's try.
The sun makes many crossings, but sunlight's unscathed.

My heart blew the horn to call for the boat;
then I remembered . . . the horn was calling for me.

Han River, 1985

Translated by Nguyen Ba Chung

Khúc Hát Hòa Bình

Tặng nhà văn M. Tka-chôp

1

Anh đọc tôi nghe những trang *Sự Thật*
quái quỷ chưa
nhân loại vẫn ưa chơi trò ảo thuật
chỗ này chiến tranh
và chỗ kia ca ngợi hòa bình
Máu cứ chảy ròng ròng nhiều thế kỷ
không thế kỷ nào thiếu người chống chiến tranh

Súng cứ nổ râm ran trên mặt đất
mặt đất râm ran muôn giọng hát hòa bình

Tuổi trẻ anh sặc sụa khói bom
tuổi trẻ tôi ngập trong lửa đạn
bây giờ
ta rung đùi uống bia trên tháp cao Ốt-tan-ki-nô
lắm nơi xa đang là trận mạc

Những mặt báo rộng như mặt đất
lốm đốm châu Phi . . . Trung Á . . . Ni-ca ra-goa . . .
khói lửa dòng tin như đám cháy nhà

Nhà ta yên lành, trái đất đã yên đâu
Pa-lét-stin vết bỏng mặt địa cầu
người chiến binh tự vãi xương mình ngoài mặt trận
họ chỉ là nạn nhân mà thôi

Thủ phạm chiến tranh
còn sống hoặc chết rồi
đều là kẻ giàu sang và láu cá

A Small Song of Peace

For M. Tka chop

1

I listen as you read from the pages of *Truth*
strange yet,
Men everywhere are alike. They love their leisure, to tell their schoolboy
    tales.
In one place war rages on,
in another men congratulate each other on peace.

Down through the years the blood rolls on.
Tell me what century hasn't burned its millions in war?
Rifles firing, bombs exploding, a fine rain falling over the face of the
    earth.
One part of the earth engulfed in that rain and, in another, in ten
    thousand accents,
men sing songs of peace.

When I was a young man I walked through a land flooded in fire.
Now
I slap my thigh and laugh, drink beer above the high tower of Ottankino,
and the battlefield is a soiled and distant place.

Tonight, across the earth people turn up their wide faces.
All over the scarred continents, Africa . . . Asia . . . Nicaragua.
Lines of smoke and fire; hearts, like houses burning.
We have our calm and happy house; everywhere, someone enjoys calm.
In Palestine, where the earth is scarred and burned,
where soldiers bones are strewn across the roads and men die in suicidal
    ambushes;
when the fighting stops, they are all only victims.

And the war criminals.
After all the murder and killing, they go on living, right out in the open.
They look so like normal people, the rich and cunning.

2

Thời đại nào cũng đẻ ra người điên
phá hủy bao nhiêu đền đài và của cải
giết thịt biết bao nhiêu đồng loại
điên-chiến-tranh thành thứ bệnh di truyền

Người xưa từng điên nhiều đời huyết chiến
điên nhiều năm . . .
                                    điên nhiều tháng . . .
                                                        điên nhiều ngày . . .
lửa vẫn cháy mà cây xanh vẫn biếc
Thời đại hạt nhân này, chỉ cần điên một giây !

Điên-hạt-nhân chỉ cần một giây
đủ đốt sạch sành sanh toàn thế giới
không còn anh . . .
                            không còn tôi . . .
                                                    không còn nhân loại
trái đất ư, có thể cũng không còn

Ta thanh thản hay giả vờ thanh thản ?
sợi thần kinh hay là sợi giây đàn ?
trái đất này mấy tỉ năm vững trãi
có thể thành trái bóng bay mỏng tang ?

3

Ta rung đùi uống bia
cách mặt đất gần nửa ki-lô-mét
trên đầu ta—ăngten đài truyền hình
trên cao nữa—trạm thông tin vệ tinh
trên cao nữa—tàu con thoi và ga vũ trụ
trên cao nữa là các vì tinh tú . . .

Khoảng cách hữu hình đang thu hẹp dần
sóng điện vô hình đang sục sạo không gian
nền văn minh này đang đi tìm nền văn minh khác
người trái đất đang mong gặp người ngoài trái đất
ước mơ hoang đường xưa đang thành sự thật . . .

2

Every age has brought its madmen.
How many temples have they destroyed to bring about their changes?
How to guess how many of their own they've slaughtered,
the madness of war passed down through generations?

How many bloody battles can these old pine trees lay claim to?
How many mad years,
    how many mad months,
      how many mad days,
the fires still burning in the tender green shoots?
One mad second, the smallest kernel of time, all that is necessary,
just one moment, one missing second,
enough to burn the entire world, everything that's ever been born.
No men left.
    No subjects left.
      No human beings remaining.
The face of the earth barren, nothing likely to survive.

Are our voices calm, or are they dissembling?
Is this the thread of a prayer or is this only music?
How many years may the earth survive;
how many years may temples live in the shadows of cities?

3

We slap our thighs and drink beer.
Half a kilometer above the earth's surface
towers send pictures end over end.
Over our old heads—space stations, information satellites.
Over our old heads—space shuttles and cosmonaut stations.
Over our old heads the stars reign.
We foolishly feel the distances narrowing.

The immaterial waves of electricity go searching, but they don't lie.
The basis of any intelligent literature is to seek the basis of others.
People of this world wish to meet people from outer space.
Things once thought unbelievable have come true.

Ước mơ bây giờ lại hao hao sự thật thuở hoang sơ
không quân đội, không cảnh binh, không biên giới
loài người hồn nhiên hòa thuận vô lo . . .

Buồn thay
vẫn sự thật đắng cay
quốc gia kia đối địch quốc gia này
nhóm người ấy tiêu diệt nhóm người khác
người trái đất với nhau sao còn nhiều khoảng cách ?

Khoảng cách vô hình biết san lấp sao đây ?
dòng nhân điện làm sao điều khiển được ?
làm sao chặn một cơn điên bất chợt ? . . .

4

Ta bỗng lửng lơ giữa trời và đất
lướt qua ta bụi mây trắng xốp
cốc thủy tinh lâm tâm ngấn bọt bia

Tôi và anh cùng nhỏ bé nhường kia
biết làm gì bây giờ ?

Ta cứ nhập vào giàn đồng ca trái đất
dù giọng anh chua chua và giọng tôi chan chát
gân cổ lên
cùng hát khúc hòa bình

Cuồng nhiệt
kéo mọi người gần lại
mong con người bớt căng thẳng thần kinh

Mong mặt báo trên toàn mặt đất
thơ tình thôi
và tin tức những người tình . . .

Matxcơva—TP Hồ chí Minh, tháng 9 1985

How much time wasted to wish back;
not the time of armies, of policemen, of border guards, frontiers,
but of men and women living free in unity, free of worry.

We want change,
but truth is crucial.

These nations face those as enemies.

One group annihilates another.
How do the people of the earth reach out to each other across these great
    distances?

How to plough down these incorporeal distances?
How to understand an electrical current?
How do the ions alternately collide and pass through each other?

4

Suddenly tossed in midair we pass between heaven and earth,
we skim by the soft white clouds, dusting them,
past the ravines of Mercury, its hills spotted with traces of steles.
You and I can remember our small conquests there.
But now do we know what they are doing?

We keep on entering the old frames—singing our boyhood songs.
Under the umbrella of your sharp tones and my hard voice,
the nerves in our brains rising,
together we sing these tunes of peace.

Our raucous voices
draw everyone to us.
The hope of man dissolving all these tensions.

All over the earth, the face of hope returns.
Only love poems now,
and news of love . . .

Moscow—Ho Chi Minh City, September 1985

Translated by Kevin Bowen

Không Chỉ Là Mặt Trận

Những mùa khô đã qua
những mùa khô sẽ tới
khi chiếc lá trên cành cháy vàng rơi rụng
Lá lót nệm anh nằm là lá cũng mùa khô.

Chiếc võng ni-lông và bình tông nước cũng khô
em chẳng thể nào hiểu được
tại sao mùa khô anh lại ít thư về
Mang nỗi nhớ anh đi cùng cơn khát
đêm giao thừa im ắng lá khô rơi.

Trong đầu anh những nơi đi và đến
Có một góc bập bùng ánh điện phố mùa xuân
Có những lần anh chợt bâng khuâng
đêm mơ thấy chính em là hạt nước
Chỉ như thế anh đã sẵn sàng để vượt
những mùa khô khắc nghiệt chiến trường.

Pre-nét Pre, tháng 11-1986

Not Just a Battlefront

Dry seasons have passed,
dry seasons will come again,
leaves turn brown and fall
to form a bed for me to lie in.

The canteen dries out like the nylon hammock,
but you can never understand
why I don't write as often in the dry season.
In the middle of the nights when the dry leaves fall,
I carry the memory of you with me like a thirst.

Wherever I pass in the night
there is always a corner of the light and spring
times when in hazy dreams
I see you as a glittering raindrop
and that is enough to sustain me
for the harsh season at the front.

November 1986

Translated by Ngo Vinh Hai and Kevin Bowen

Đêm Thu Quan Họ

Lắng nghe quan họ đêm tìm
Mênh mang mây nước, thắm sâu tình người
Đắm say gió gọi trăng mời
Vấn vương làn mắt, nụ cười duyên quê
Người ơi ! Người ở đừng về
Bâng khuâng giã bạn, tái tê mạn thuyền
Ai về, ai nhớ, ai quên
Mình về, đến hẹn lại lên, cùng người.

Đêm thu Bắc ninh
14-10-1986

Folk Festival in the Autumn Night

Bright autumn night, I hear the voices of the Quan Ho singers
and I think the sky grows boundless, the river could run on forever.

Human love can be so strong.
Longing, I listen to the wind and moonlight
                                        whispering.

A singer's eyes cast their spell, the smile of a peasant girl.
"My love, my love, don't leave, please, don't leave.

Dazed with longing, I must say good bye; the pull of the boat turning
    back so
                            painful"

Who leaves, who longs, who forgets? When the full moon comes, I know
    you'll come back as promised.

An Autumn Night, Bac Ninh
October 14, 1986

Translated by Nguyen Quang Thieu and Kevin Bowen

Bất Chợt

Người con gái chợt qua đường
áo em mong mỏng làn sương núi đồi

Chợt rơi lại một nụ cười
và ... sương rười rượi một trời phía sau

Đem nhan sắc tặng cho nhau
em giăng cái đẹp ngang cầu ban mai

Chả riêng ta ... chả riêng ai
để heo hút gió thở dài trên cây

Sớm nay ra ngõ gặp may
ước chi ... mai lại người này đi qua.

Mùa xuân, 1987

Suddenly

The young girl crosses the road and suddenly
A thin coat of longing, like a veil of mist

on a distant mountain, falls away from one brief smile.
. . . the clouds of one more settling far in the distance.

She carries her beauty like a gift she offers.
I want to stretch it all across the morning.

Not ours . . . not anyone's . . .
the wind sighs out over the trees.

To go out the gate so early, and to be so lucky.
To wish for something . . . tomorrow again she'll cross.

1987

Translated by Nguyen Ba Chung and Kevin Bowen

Trong Xe Điện Ngầm

Vừa mới đấy
mà đâu mất cả

một bà mẹ buộc giầy
cho con
ông già đọc báo
đôi nhân tình táo bạo
hôn nhau
một gương mặt lo âu
một cái làn nội trợ

Tôi cùng đi với họ
họ cùng đi với tôi

vài phút thôi
chợp mắt
ngẩng lên nhìn
xung quanh đã khác

tàu vẫn chạy
toa vẫn đông
buồn cháy lòng.

12-1988

In the Metro

Things appear,
then disappear.

a mother ties a son's shoes,
an old man reads a newspaper.
reckless lovers kiss.
a face,
a housewife's handbag.

I travel with them,
they travel with me.

For a few minutes
I fall sleep.
I open my eyes,
the world's transformed.

the train's still running,
the car's still crowded.
this sadness still burning my heart.

December 1988

Translated by Nguyen Quang Thieu and Kevin Bowen

Đá Ơi

(Thay lời bạt)

Ta mặc niệm trước Ăng-co đổ nát
đá cũng tan hoang huống chi là kiếp người

Đá ơi
xin tạc lại đây lời cầu chúc hòa bình!

Nghĩ cho cùng
mọi cuộc chiến tranh
phe nào thắng thì nhân dân đều bại . . .

Căm-pu-chia, tháng tám, 1989

Oh Stone

(in place of an Afterword)

I stand in meditation before Angkor's ruins;
if stone can be so shattered, what of human life?

Oh stone,
let me inscribe a plea for peace.

In the end, in every war,
whoever won, the people always lost.

Cambodia, 1989

Translated by Nguyen Ba Chung and Kevin Bowen

Lạng Sơn 1989

Tặng một người dưng

Ta về thăm chiến trường xưa
em—hoa đào muộn Kỳ Lừa mùa xuân
gió đi để lạnh mưa dầm
người đi để buốt dấu chân trên đường

Đồng Đăng . . . Ái Khẩu . . . Bằng Tường
chợ trời bán bán buôn buôn tít mù
ta đây một bị ưu tư
giá như cũng bán được như bán hàng

Trớ trêu nỗi Hữu-Nghị-Quan
giá như máu chẳng luênh loang mặt đèo
A Quy túm tóc Chí Phèo
để hai bác lính nhà nghèo cùng thua

Nỗi Tô Thị xót xa chưa
giá như đừng biết ngày xưa làm gì
giá như đá chả vô tri
để ta hỏi lối trở về thiên nhiên

Giá như ta chớ gặp em
để không mắc nợ cái duyên Kỳ Cùng
giá như em đã có chồng
để bòng bong khỏi rối lòng người dưng.

Kỷ niệm mười năm mặt trận biên giới, tháng 2.1979—tháng 2.1989

Lang Son, 1989

Dedicated to one unknown

I returned to the old battlefield
to you . . . the late peach blossom spring of Ky Lua.
The wind gone, the rain freezing cold.
You gone, even your footprints that once pierced this road.

Dong Dang . . . Ai Khau . . . Bang Tuong,
the open-stall markets did a great business,
but what did I have to sell,
a pack full of thoughts?

Friendship Pass. How bitter the name.
Had there been no blood spilled over that gorge.
A Qui seized Chi Pheo by the hair,
two soldiers on either side held their rucksacks.

How painful that story of To Thi.
Could we forget how many times it happened,
could those rocks come alive,
could they tell us the right path on to the heavens?

Could I have failed to meet you,
no longer be in debt from that rendezvous at Ky Cung?
Could it be that you're home and married,
could it be that ball of thread didn't hopelessly knot a stranger's heart?

Tenth anniversary of the border campaign (February/79–February/89)

Translated by Nguyen Ba Chung with Kevin Bowen

Hoa Cỏ May

Cát vắng, sông đầy cây ngẩn ngơ
Không gian xao xuyến chuyển sang mùa
Tên mình ai gọi sau vòm lá
Lối cũ em về nay đã thu

Mây trắng bay đi cùng với gió
Lòng như trời biếc lúc nguyên xưa
Đắng cay gửi lại bao mùa cũ
Thơ viết đôi dòng theo gió xa

Khắp nẻo dâng đầy hoa cỏ may
Áo em sơ ý cỏ găm đầy
Lời yêu mỏng mảnh như màu khói
Ai biết lòng anh có đổi thay?

The *Co May* Flower

The sands deserted, river high, trees in a daze.
The heavens stir the season's change.
Behind the canopy, who calls my name?
I return on the old road, bending into autumn.

White clouds float away on the wind,
The heart is like the emerald sky at creation.
Let's leave that bitterness and hardship to seasons past,
Let those lines of poetry float away on the wind.

Everywhere the *co may* flowers are in bloom.
Careless, I let the grasses prick my shirt.
Words of love run like wisps of smoke.
Who can tell the heart's changes?

Translated by Nguyen Ba Chung and Kevin Bowen

Gió Quả Phụ

Gió quả phụ dịu dàng
rời khỏi vòng tay của bình minh và cỏ
căng nhịp thở
sau nhiều ân ái sau đêm

những đám mây áo xống ném lên trời
cả thỏi son
vừng đường
cả kem xoa mặt
vừng trăng ngát thơm mười bốn

gió quả phụ sau mỗi lần trang điểm
ngoái nhìn sau lưng thêm một nỗi buồn vui

cỏ
và bình minh run lên
li biệt với gió sau nhiều ân ái
sau đêm . . .

gió trầm ca—gió
đấy là tóc của những người đàn bà chết bom trong thành phố
đấy là tóc của người đàn bà góa bụa nuôi con
sau chiến tranh, đã qua được mười năm.

Wind and Widow

Wind widow willowy
off the arms of dawn and grass
full-chested breath
after much love making in the night

patches of cloud-clothes discarded in the air
lipstick—
sunrise
facial cream—
aroma moon of the fourteenth day

wind widow after each makeup
backward glances to another time of sadness and laughter

grass
and dawn rise trembling
separated from wind after much love making
the night after . . .

wind elegiac—wind
strains of hair from women who die in the bombing
strains of hair from widows who raise orphaned children
the war after ten years has gone by . . .

Translated by Nguyen Ba Chung

Chiều Ba Mươi Tết

Linh cảm chiều nay nghe pháo nổ
Biết anh thầm nhớ nắng vàng hơn
Em mặc áo vàng đi ra phố
Trời tạnh cơn mưa chút lẩy hờn

Úp mặt vào tay năm đã hết
Nhưng còn ngày tháng ngoảnh sau lưng
Nơi hẹn em chờ bông lựu thắp
Nơi tiễn anh đi gió muốn dừng

Nơi ngày xum họp em linh cảm
Ngần ấy mai vàng chưa đủ vui
Chiều nay pháo dậy hồng mặt phố
Từng mảnh thời gian cháy ngậm ngùi.

New Year's Eve

I knew the firecrackers would explode like this tonight.
I put on my yellow blouse and walk out into the streets,
remember how you loved the yellow sunlight.
The rain stops, my sullenness washed away.

Face cupped in hands—another year gone.
But the days and months still click behind me.
The place where we met—I waited by the garden of pomegranate flowers.
The place where I saw you off—the wind fought to hold you back.

The day we were to meet again. I knew that day too.
The thousands of yellow *Mai* flowers couldn't bring enough joy.
Spent firecrackers blanket the streets with their jackets.
These moments burn through me, leave behind their searing red ashes.

Translated by Nguyen Ba Chung and Kevin Bowen

Thơ Vườn

Vườn rợp cỏ bò lan
mẹ già không đủ sức
trồng hoa đón ngày xuân
chúng con lớn đi hết
thỉnh thoảng mới về thăm

ao cũ không có cá
sen đã tàn theo mùa
mẹ già không đủ sức
vét bùn sau trận lụt

bến cũ không con xuồng
lùm tre nhuốm hoàng hôn
mẹ già không đủ sức
để mắt lạc theo dòng
trong buồn vui mênh mông

. . .

Ngày mai con xa mẹ
sau mười ngày về thăm
bố ốm còn chưa khỏe
chỉ có mình mẹ chăm

vườn rộng chẳng có tiếng
như những ngày có con
lúc con gọi con hỏi
ngơ ngác cả trời non

con đi mẹ một mình
quả chừng không muốn hái
bố ốm gió lùa lưng
ai đấm xoa ai gãi

mai con đi nhờ cây
thả quả ra ngoài đường
cho người qua nhặt lấy
biết có mẹ trong vườn

Poem of a Garden

Garden overgrown with weeds.
Our mother no longer has strength
to plant new flowers for spring.
We've grown and moved on,
returning rarely.

Old pond, fish no longer swim.
Lotus flowers withered in their beds.
Mother no longer has strength
to clear the mud after rains,
to clear the mud after flooding.

Old pier, empty of sampans.
Bamboo clumps drenched in twilight.
Mother no longer has strength
to let her eyes roam free,
to feel the world's immense joy and sorrow.

. . .

Tomorrow I leave our mother.
Ten days visiting home.
Father still sick.
Only Mother to care.

The garden so large and empty.
Not like days when I was young.
I call out and
even the buds are startled.

I leave our mother alone again.
Fruit trees she won't bother to pick.
Father so sick, the damp wind on his back.
Who will massage, who will scratch him?

Tomorrow I'll ask the trees
to drop their fruit low along the roadside.
People passing by will pick them
will know Mother is still in the garden.

biết bố còn đang ốm
để bạn còn lại qua
cho vườn rộng có tiếng
như con đang có nhà.

They'll know Father's still sick.
Old friends will drop by.
The garden will ring with voices
as if I were still home.

Translated by Nguyen Ba Chung and Kevin Bowen

Một Nửa

Anh đã từng đứt đoạn giấc chiêm bao
Em là nửa giấc chiêm bao chưa hoàn thiện

Em là nửa làn hương bay ẩn hiện
Anh hình dung mà chưa đến bao giờ

Ngòi bút anh dừng lại giữa câu thơ
Em là nửa câu thơ còn bỏ dở

Cái đẹp của tình yêu là một nửa
Cứ xa vời huyền ảo ở trong ta.

A Half

I wake in the middle of a dream;
You're the half of the dream unfinished,

You're the trail of incense that moves, hidden,
Now visible: try to grasp it and it's gone.

The pen stops in the middle of the line;
You're the half of the line unfinished.

The beauty of love lies in being half;
Here and not here, a distant illusion within.

Translated by Nguyen Ba Chung and Kevin Bowen

Chợ Lao Động Ở Đường Giảng Võ

Các anh là ai, tôi không dám hỏi
Các anh mang cơ bắp mình lên phố chào mời
Các ông chủ xây nhà dựng cửa
Cũng không hỏi anh từ đâu và anh là ai.

Nhưng tôi biết các anh, những mảnh vỡ của trái đất
Những tảng phù sa bứng từ sông lên
Những tảng đá vỡ ra từ núi đá
Chỉ khác chăng là trong bụng đói mềm

Ấy là lúc tất cả các thôn làng đều muốn thành đô thị,
Sự phồn thực phồn hoa phố sá cứ bày ra
Không phải thất nghiệp đâu, những nghiệp mới sẽ sinh thêm nhé
Như đổi một vùng trời cũng đổi dáng mây qua.

Các anh đứng đó thưa dần trong chiều muộn
Chỉ còn lại một người, tôi bỗng nhận ra anh
Đức kiên trì đứng cùng vết sẹo
Anh là mảnh vỡ cuối cùng của cuộc chiến tranh.

1992

In the Labor Market at Giang Vo

I don't dare ask who you are,
selling your strength out on the street.
The rich need someone to put up their new houses.
They don't care who you are, where you come from.

I care. You are the dark alluvial soil
torn from the river bend, the jagged rock
wrenched from the mountain.
One difference though—hunger gnaws at your guts.

These days every village must be a great city,
stacks of foods shimmer and dance in the street.
Not lack of work, but this new life gives birth to new lines of workers.
A new sky must mean new kinds of clouds.

Dusk crawls up the road. The crowd thins out.
No one left but you. I recognize you now,
the look of quiet tenacity, the scar,
the last broken shard of the war.

1992

Translated by Nguyen Ba Chung and Kevin Bowen

Viết Ở Quán 59 Bà Triệu

Anh chờ em nên phải uống cà fê
Em không đến mà tim anh thổn thức
Anh phải tiếp những kẻ vô tình
Sự giả vờ làm tim anh đau nhức

Người đến đầu tiên là một gã ăn xin
Thân khỏe mạnh mà lại đòi tiền chẵn
Anh đem cho tiền lẻ của thời gian
Mà gã mang đi hy vọng đầy tràn

Người đến thứ hai là anh chữa khóa
Anh có khóa gì đâu mà hắn phải nhọc lòng
Cuộc đời ơi khép chi mà kín vậy
Khóa thì có mà chìa thì không.

1993

At 59 Ba Trieu Street

I ate away the minutes over coffee, waiting.
But you never came. My heart had to wander,
I had to talk to whoever stopped by.
This killing time opened old wounds.

The first to stop was a beggar, muscular and tall.
He was looking for bank notes, in large denominations.
I gave him the small notes I had, my time.
He left happy, even filled with hope.

The second was a locksmith.
I have nothing to lock. Why should he bother me?
This world. Lives so tightly shut.
So many locks. Not one key that fits.

1993

Translated by Nguyen Ba Chung and Kevin Bowen

Trở Về Niềm Thôi Thúc Ban Đầu

Tôi muốn trở về với những thôi thúc ngỡ như vô thức của thuở ban đầu.

Ấy là sự háo hức chiêm ngưỡng cây bút đầu đời mà mẹ tôi mua cho tôi thuở bé.

Ấy cũng là chiếc áo mới phát sáng của những năm tháng bần hàn ở thôn làng tôi.

Tôi muốn trở về với niềm thôi thúc ngỡ như vô thức của thuở ban đầu. Ấy là sự ngỡ ngàng kinh dị của bầu vú thứ nhất và nỗi nhớ thứ một ngàn lẻ một ngỡ như không thể chịu đựng nổi.

Ấy cũng là khúc hát đầu tiên ngây ngô và thật thà mà một anh chiến sĩ đại đoàn 308 dạy tôi trên cánh tay cha chú của anh.

Ấy cũng là cảm xúc đầu tiên khi lần đầu tiên, bài thơ đầu đời được in trên báo. Phút hóa thân đầu tiên của những con chữ viết tay hóa rồng thành li-tô đã làm trái tim ta sung sướng hồi hộp biết nhường nào.

Ấy cũng là lời chửi mắng thứ nhất mà ta được nghe về chính thơ ta viết thốt lên từ miệng một người không quen ta gặp lần đầu.

Tôi muốn trở về với những niềm thôi thúc ban đầu.

Và như thế, những háo hức nào là hướng nội và những háo hức nào là hướng ngoại, tôi không cần biết tới.

Và như thế, thơ cần gắn với chính sách hay ở ngoài chính sách tôi không cần biết tới nữa.

Và như thế, thơ cần khuôn thước như "Bắc hà" hay cắn xô bồ như "Nam kỳ" tôi không cần biết tới nữa.

Và, cuối cùng, thơ có cần bán được hay không và có lãi hay không, tôi không cần biết tới nữa.

To Return to the Urges Unconscious of Their Beginning

I want to return to the first urges, those urges that seemed so unconscious of their beginnings.

Urges that were eager to admire the first pen in my life my mother brought me when I was a child.

Urges that were the radiant new shirt of days in my poor village.

I want to return to those urges so unconscious of their beginnings.

Urges that were my astonishment at seeing the first feeding breast and the 1001st nostalgia that seemed almost too much to bear.

Urges that were the first naive and truthful song a soldier of the 308th division taught me in his loving arms.

Urges that were my first sensations at seeing my poems in print. How happy and anxious my heart that moment seeing the small creatures of handwriting incarnated into the dragons of type.

Urges that were the first insult about my poems that I heard from the mouth of one who didn't know me.

I want to return to those first urges so unconscious of their origins.

So I need no longer know which urges are introverted and which are extroverted.

So I need no longer know which poetry must be connected to policy and which must be away from policy.

So I need no longer know which poetry must be in established patterns as in "North of the River," or must be in free fashion as in "Cochinchina."

And last, so I need no longer know, can poems be sold, and can they be sold at a profit.

1992

Translated by Ngo Vinh Hai and Kevin Bowen

Những Ví Dụ

Kính dâng những người vợ liệt sỹ làng tôi

Thời gian cứ lặng lẽ chảy vào chiếc bình gốm cổ khổng lồ. Những người đàn bà góa bụa làng tôi như những con cào cào áo nâu khuất dần sau cỏ. Từ chân trời xa chạy về những ngọn gió loang lổ màu đỏ. Những ngón tay của gió như điên cuồng, như kiệt sức bởi rối tung từng đám lá cỏ gai. Tôi dứng trên con đường cuối làng khóc run lên như đứa trẻ mất mẹ. Tôi làm sao lật hết từng lá cỏ trên đất đai rộng lớn nhường kia, để tìm lại những người đàn bà góa bụa . . .

Những người đàn bà góa bụa làng tôi gồng gánh trên vai, trên những con đường mòn như cột sống dị tật của ngàn đời vất vả. Họ mộng du qua những cơn gió hồng hoang nổi lên lúc mặt trời lăn vòng cuối cùng vào bóng tối. Họ mộng du trong những cơn mưa tiền sử lúc bình minh vừa vực dậy sau một cơn sốt đêm. Và tôi như kẻ mắc bệnh tâm thần đứng đếm họ. Tôi đếm từng Ví Dụ.

Những người đàn bà góa bụa làng tôi—những Ví Dụ—chân không giày không dép. Họ tránh con đường dẫn đến những đêm trăng. Bầu vú họ mệt mỏi nằm nghẹo đầu và trở nên nghểnh ngãng, không còn được nghe tiếng gọi đàn ông nồng mùi thuốc lào và ruộng bùn ngai ngái, trong những đêm gió từng đôi quấn nhau qua vườn hổn hển. Chỉ tiếng chuột nhắt cắn thóc trong những chiếc áo quan gỗ Gạo đóng sẵn làm họ thức giấc. Và họ nằm lo âu trong tiếng mọt cắn gỗ vọng ra từ cỗ áo quan.

Thời gian cứ lặng lẽ . . . lặng lẽ chảy vào chiếc bình gốm cổ khổng lồ. Những người đàn bà góa bụa làng tôi như những con cào cào áo nâu cứ khuất dần . . . khuất dần sau cỏ. Tôi như kẻ mắc bệnh tâm thần đứng khóc. Tôi khóc vì những Ví Dụ đã vĩnh viễn ra đi.

Và đến khi tôi không còn gì để đếm. Những người đàn bà góa bụa làng tôi từ sau cỏ trở về. Họ đi trên ánh trăng gồ ghề dọc con đường phơi đầy rơm rạ tháng mười. Mái tóc đẫm hương lá bưởi của họ chảy lênh láng trong trăng. Bầu vú họ vươn về phía ngọn lửa giới tính vừa nhóm lên đâu đó. Sau bước chân họ, sau tiếng kẹt cửa trong khuya là bài hát. Bài hát vút lên xuyên qua đỉnh đầu những người mắc bệnh tâm thần mất ngủ nhìn trăng. Những người mắc bệnh tâm thần mất ngủ nhìn trăng mở cửa và bước ra khỏi nhà. Họ cùng bài hát kia đi mãi, đi mãi, và đi mãi, về nơi không có những Ví Dụ bao giờ.

The Examples

For my village's war widows

Time flows into the huge antique vase. Like locusts, the widows disappear one by one behind the grass. Red winds run back from the horizon and scratch at the ground. I stand on the village road, crying like a lost boy. I cannot turn over each grass blade around my country and search for them.

They have poles on their shoulders and move along ruts as if their backbones are deformed. They move in sleep through wild winds that rise up as the sun rolls its last circle into darkness. They move in sleep under prehistoric rains as dawn sits after the night fever. And I am a lunatic, standing to count them by one example.

My village widows—the examples—without shoes or sandals, they avoid roads that lead them to moonlight. Their breasts are tired and almost deaf, and could not hear love calling from the village men. And only the house mice eating rice in the casket can wake them. And they lie still, fearing their wooden coffin will be eaten hollow by termites.

Time flows silently into the huge ceramic vase. My village widows disappear behind grass, one by one, like locusts. I am a crying lunatic.

And when I have nobody to count, my village widows come back from the grass. They walk moonlit lanes. Their hair spills over moonlight. Their breasts reach for the sexual fire just kindled. After footsteps, after doors opening, I hear the strange song. The song penetrates the skulls of lunatics who cannot sleep, and who stand looking up at the moon.

And the lunatics open the doors and go out. They go with the song— further and further, to the place where there are no examples.

Translated by Nguyen Quang Thieu and Yusef Komunyakaa

Selected Bibliography

TRANSLATIONS

Balaban, John, and Qui Duc Nguyen, eds. *Vietnam: A Traveler's Literary Companion*. San Francisco: Whereabouts Press, 1996.

Banerian, James, ed. and trans. *Vietnamese Short Stories: An Introduction*. Phoenix, Ariz.: Sphinx Publishing, 1986.

Bao Ninh. *The Sadness of War*. Edited by Frank Palmos based on the translation of Vo Bang and Phan Thanh Hao, with Katerina Pierce. London: Secker & Warburg, 1991. US paperback by Pantheon Books.

Bowen, Kevin and Bruce Weigl, eds. *Writing between the Lines: An Anthology on War and Its Social Consequences*. Amherst, Mass.: University of Massachusetts Press, 1997.

Ca Dao Viet Nam: A Bilingual Anthology of Vietnamese Folk Poetry. Translated by John Balaban. Greensboro, N.C.: Unicorn Press, 1980.

Duong Thu Huong. *Novel without a Name*. Translated by Phan Huy Duong and Nina McPherson. New York: William Morrow, c1995.

——. *The Paradise of the Blind*. Translated by Phan Huy Duong and Nina McPherson. New York: William Morrow, 1993. Paperback edition by Penguin Books, 1994.

Glimpses of Vietnamese Classical Literature. Hanoi: Foreign Languages Publishing House, 1972.

Huynh Sanh Thong. *An Anthology of Vietnamese Poems*. New Haven: Yale University Press, 1996.

——. *The Heritage of Vietnamese Poetry*. New Haven: Yale University Press, 1982.

Karlin, Wayne, Le Minh Khue, Truong Vu, eds. *The Other Side of Heaven: Post-War Fiction By Vietnamese & American Writers*. Williamantic, Conn.: Curbstone Press, 1995.

Le Luu. *A Time Far Past*. Translated by Ngo Vinh Hai, Nguyen Ba Chung, Kevin Bowen, and David Hunt. Amherst: University of Massachusetts Press, 1997.

Le Minh Khue. *The Stars, the Earth, the River: Short Fiction* (Voices from Vietnam, No. 1). Translated by Tran Hoai Bac and Dana Sach; ed. by Wayne Karlin. Williamantic, Conn.: Curbstone Press, 1997.

The Light of the Capital: Three Modern Vietnamese Classics. Translated by Greg Lockhart and Monique Lockhart. Kuala Lumpur: Oxford University Press, 1966.

Linh Dinh, ed. *Night, Again: Contemporary Fiction from Vietnam*. New York: 7 Stories Press, 1996.

New Writing from Viet Nam. Special issue of *Manoa—A Pacific Journal of International Writing* 7, no. 2 (Winter 1995). Poetry section guest-edited by Kevin Bowen. Fiction section guest-edited by Nguyen Nguyet Cam.

Ngo Tat To. *When the Light's Put Out.* Translated by Pham Nhu Oanh.
  Hanoi: Foreign Publishing House, 1960.

Nguyen Cong Hoan. *Impass.* Hanoi: Foreign Languages Publishing House,
  1963.

Nguyen Du. *The Tale of Kieu.* A bilingual edition, translated and annotated
  by Huynh Sanh Thong. New Haven: Yale University Press, 1983.

——. *Kieu.* A bilingual edition translated by Michael Counsell. Hanoi: The
  Gioi Publisher, 1989.

Nguyen Huy Thiep. *The General Retires and Other Stories.* Translated by
  Greg Lockhart. Singapore: Oxford University Press, 1992.

Nguyen Khac Vien and Huu Ngoc. *Vietnamese Literature: Historical
  Background and Texts.* Hanoi: Red River, Foreign Languages Publishing
  Houses, c1983.

Nguyen Ngoc. *The Village That Wouldn't Die.* Translated by Tran Van.
  Hanoi: Foreign Languages Publishing House, 1958.

Nguyen Ngoc Bich, ed. *A Thousand Years of Vietnamese Poetry.* Translated
  by Nguyen Ngoc Bich with Burton Raffel and W. S. Merwin. New York:
  Knopf, 1975.

Nguyen Quang Thieu. *The Women Carry River Water.* Edited and
  translated by Martha Collins and Nguyen Quang Thieu with Nguyen Ba
  Chung. Amherst: University of Massachusetts Press, 1997.

Tran Tu Binh, as told to Ha An. *The Red Earth: A Vietnamese Memoir of
  Life on a Colonial Rubber Plantation.* Translated by John Spragens, Jr.
  Athens, Ohio: Center for International Studies, 1984.

Weigl, Bruce, and Thanh Nguyen, eds. and trans. *Poems from Captured
  Documents.* Amherst: University of Massachusetts Press, 1994.

CULTURAL BACKGROUND

Christopher, Renny. *The Vietnam War/The American War: Images and
  Representations in Euro-American and Vietnamese Exile Narratives.*
  Amherst: University of Massachusetts Press, 1995.

DeFrancis, John. *Colonialism and Language Policy in Vietnam.* The Hague:
  Mouton, 1977.

Duffy, Dan, ed. *The Viet Nam Forum: A Review of Culture and Society.*
  Vol. 14. New Haven: Yale University Council on Southeast Asian Studies,
  1994.

Duiker, William J. *Vietnam: Revolution in Transition.* Boulder: Westview
  Press, 1995.

Durand, Maurice M., and Nguyen Tran Huan. *An Introduction to
  Vietnamese Literature.* Translated from the French by D. M. Hawke. New
  York: Columbia University Press, 1985.

Ly Chanh Trung. *Introduction to Vietnamese Poetry.* Translated by Kenneth
  Filshie. Saigon: Ministry of Education, 1960.

Nguyen Dinh Hoa. *Vietnamese Literature: A Brief Survey.* San Diego: San
  Diego State University, 1994.

Nguyen Khac Kham. *An Introduction to Vietnamese Culture.* Tokyo: Center for East Asian Cultural Studies. 1967.

Nguyen Khac Vien. *Tradition and Revolution in Vietnam.* Translated by Linda Yarr, Jayne Werner, and Tran Tuong Nhu; edited by David Marr and Jayne Werner. Berkeley: Indochina Resource Center, c1974.

Nguyen Xuan Thu, ed. *Vietnamese Studies in a Multicultural World.* Melbourne: Vietnamese Language and Culture Publications, 1994.

Taylor, Keith W., and John K. Whitmore, eds. *Essays into Vietnamese Pasts.* Ithaca: Southeast Asia Program, Cornell University, 1995.

Whitfield, Danny J. *Historical and Cultural Dictionary of Vietnam.* Metuchen, N.J.: Scarecrow Press, 1976.

HISTORICAL BACKGROUND

Buttinger, Joseph. *The Smaller Dragon.* New York: Praeger, 1958.

Duiker, William J. *The Rise of Nationalism in Vietnam, 1900–1941.* Ithaca: Cornell University Press, 1976.

——. *Vietnam since the Fall of Saigon.* Athens: Ohio University Press, 1989.

Fall, Bernard B. *The Two Viet-Nams: A Political and Military Analysis.* New York: Praeger, 1967.

——. *Vietnam Witness, 1953–1966.* New York: Praeger, 1966.

FitzGerald, Frances. *Fire in the Lake: The Vietnamese and the Americans in Vietnam.* Boston: Little, Brown, 1972.

Halberstam, David. *The Best and the Brightest.* New York: Random House, 1972.

——. *Making of a Quagmire.* New York: Random House, 1965.

Herring, George C. *America's Longest War: The United States and Vietnam, 1950–1975.* New York: McGraw-Hill, 1993.

Huynh Kim Khanh. *Vietnamese Communism, 1925–1945.* Ithaca: Cornell University Press, 1982.

Karnow, Stanley. *Vietnam: A History.* New York: Viking Press, 1983; revised edition, New York: Penguin USA, 1991.

Marr, David. *Vietnamese Anticolonialism, 1885–1925.* Berkeley: University of California Press, 1971.

——. *Vietnamese Tradition on Trial, 1920–1945.* Berkeley: University of California Press, 1981.

——. *Vietnam 1945: The Quest for Power.* Berkeley: University of California Press, 1995.

McLeod, Mark W. *The Vietnamese Response to French Intervention, 1862–1974.* New York: Praeger, 1982.

McNamara, Robert S. *In Retrospect: The Tragedy and Lessons of Vietnam.* New York: Times Books, 1995.

Ngo Vinh Long. *Before the Revolution: The Vietnamese Peasants under the French.* New York: Columbia University Press, 1991.

Nguyen Khac Vien. *The Long Resistance (1858–1975).* 2d ed. Hanoi: Foreign Languages Publishing House, 1978.

Patti, Archimedes. *Why Vietnam: Prelude to America's Albatross.* Berkeley: University of California Press, 1980.

Race, Jeffrey. *War Comes to Long An: A Revolutionary Conflict in a Vietnamese Province.* Berkeley: University of California Press, 1972.

Schell, Jonathan. *The Real War: The Classical Reporting on the Vietnam War.* New York: Pantheon Books, 1987.

Shaplen, Robert. *The Lost Revolution.* New York: Harper and Row, 1965.

Sheehan, Neil. *After the War Was Over: Hanoi and Saigon.* New York: Random House, 1992.

———. *A Bright Shining Lie: John Paul Vann and America in Vietnam.* New York: Randon House, 1988.

Snepp, Frank. *Decent Interval.* New York: Random House, 1977.

Spector, Ronald. *Advice and Support: The United States Army in Vietnam.* Vol. 1, *The Early Years, 1941–1960.* Washington: Center of Military History, 1983.

Tai, Hue-Tam H. *Radicalism and the Origins of the Vietnamese Revolution.* Cambridge: Harvard University Press, 1992.

Taylor, Keith Weller. *The Birth of Vietnam.* Berkeley: University of California Press, 1983.

Truong Buu Lam. *Patterns of Vietnamese Response to Foreign Intervention, 1858–1900.* New Haven: Southeast Asian Studies, Yale University Monograph Series 11, 1967.

US-Vietnam Relations, 1945–1967. Washington, D.C.: Government Printing Office, 1971.

Westmoreland, William. *A Soldier Reports.* New York: Doubleday, 1976; reprint New York: Da Capo Press, 1989.

Woodside, Alexander Barton. *Community and Revolution in Modern Vietnam.* Boston: Houghton Mifflin, 1976.

Young, Marilyn B. *The Vietnam Wars, 1945–1990.* New York: Harper Collins, 1991.

BIBLIOGRAPHIES

Marr, David. G. *Vietnam.* World Bibliographical Series. Oxford: Clio Press, 1992.

Nguyen Dinh Tham. *Studies on Vietnamese Language and Literature: A Preliminary Bibliography.* Ithaca: Southeast Asia Program, Cornell University, 1992.

Schafer, John C. *Vietnamese Perspectives on the War in Vietnam: An Annotated Bibliography of Works in English.* New Haven: Yale Council on Southeast Asian Studies, 1997.

Notes on the Poets

ANH NGỌC (Pen name: LY SƠN)
Anh Ngọc's given name is Nguyễn Đức Ngọc. He was born on August 1, 1943, in Nghi Trung village, Nghi Lộc district, Nghệ An province. He now lives in Hanoi. After graduating from the Faculty of Vietnamese Linguistics and Literature of Hanoi University, Anh Ngọc taught at vocational schools and the College of Trade. He served as a soldier in the signal corps, fighting in Quảng Trị during the American war. He is currently head of the foreign literature section of *Văn Nghệ Quân Đội* (The army journal of literature and arts). His published collections of poetry include *Hương đất màu cờ* [The fragrance of the soil, the color of the flag] (1977), *Ngàn dặm và một bước* [One thousand miles and a single step] (1984), *Sông Mê Công bốn mặt* [The four-faced Mekong River] (1988), *Điệp khúc vô danh* [Anonymous refrain] (1993), *Thơ tình rút từ nhật ký* [Love poems from a diary] (1993), and *Sông núi trên vai* [Rivers and mountains on our shoulders] (1995). He has also published a two-volume translation of Dostoevski's *The Possessed, Những kẻ tủi nhục,* and a documentary narrative, *Ba cuộc đời một trái bóng* [Three lives, one ball] (1986). He has won awards for poetry from *Văn Nghệ* [The journal of literature and arts] in 1972–1973 and 1975, and from *Văn Nghệ Quân Đội* for the chapter "Song under the Shadow of Angkor Temple" in the long poem *Sông Mê Công bốn mặt* [The four-faced Mekong River].

I've loved and enjoyed writing poetry since my childhood. At fifteen, I wrote my first novel, but it went unpublished. But on reading Hoai Thanh's and Hoai Chan's *Vietnamese Poets,* I was transformed. Since then, I have basically written only poetry. I have lived with poetry, and have many times also died with it; its joy could be exhilarating, but its sorrow could be killing. Sometimes I think of taking on other fields such as prose, translation, literary criticism, and even movies. But I can't make up my mind: I hesitate; I am a perfectionist and a lazy man at heart; I get extremely dissatisfied with myself. However, I sometimes feel I have succeeded in giving a precise intellectual portrait of myself in my works. Unfortunately, these lines are rarely shared and understood by others. They sink in the noisy and messy canon of poetry. I feel lonely whenever and wherever I am, though my appearance may give the impression that the opposite is true. The line I would use to best draw my portrait is from the poem "Dành Flowers": "Things I cannot talk about are the ones I most fail to conceal." Another line close to my soul: "How can I live without being in love?" (Xuan Dieu). (From the Dictionary of Vietnamese Writers, published by the Vietnamese Writers' Association)

In all cases, we have identified authors by their principal pen names, the names by which they are best known to readers.

BẰNG VIỆT

Bang Viet's given name is Nguyễn Việt Bằng. He was born on June 15, 1941, in Chàng Sơn village, Thạch Thất district, Hà Tây province. He now lives in Hanoi. Upon graduation from law school in the Soviet Union, Bằng Việt worked in the Law Institute of the Social Sciences Committee and was a literary editor at the New Works publishing house. A former general secretary of the Hanoi Association of Literature and Arts, the editor-in-chief of the newspaper *Hanoi's People,* and the editor-in-chief of *The Forum of Vietnamese Literature and Arts,* he is now the president of the People's Committee of the city, the president of the Hanoi Association of Literature and Arts, and a member of the board of directors of the Vietnam Writers' Association. Among his published books of poetry are *Hương cây bếp lửa* [The scent of wood and the cooking fire] (1968), *Những gương mặt những khoảng trời* [Some faces, some patches of the sky] (1973), *Đất sau mưa* [The soil after the rain] (1977), *Khoảng cách giữa lời* [The space between words] (1983), *Cát sáng* [Bright sand] (1986), and *Bếp lửa—khoảng trời* [A cooking fire, a patch of the sky] (1988). Other works are *Mozart* (biographies, 1978) and a translation of the poems by the Greek poet Yannos Ritsos, "Talk in the Language of Love." His awards include prizes from the Hanoi Association of Literature and Arts and the Peace Fund of the Soviet Union.

CHẾ LAN VIÊN (Pen name: CHÀNG VĂN)

Chế Lan Viên's given name was Phan Ngọc Hoan. Born on January 14, 1920, in Đông Hà, Quảng Trị province, he died on June 24, 1989, in Hồ Chí Minh City. Chế Lan Viên was a cofounder of the Vietnam Writers' Association in 1957. He began writing poetry in Qui Nhon High School in 1937. In 1939, he traveled to Hanoi to study. After graduating from the university, he worked as a journalist in Saigon and as a teacher in Thanh Hóa and Huế. At the time of the August revolution in 1945, he participated in events in Qui Nhơn, later moving to Huế to be a contributor to the newspaper *Quyet Thang.* During the war of resistance against the French, Chế Lan Viên worked as a journalist in the Fourth Interzone, in Thanh Hoa, and in the French-occupied Bình Trị Thiên. In 1954, Chế Lan Viên moved to Hanoi. He was a member of the National Assembly in the fourth, fifth, sixth, and seventh terms, a member of its Culture and Education Committee in the sixth and seventh terms, and a member of the executive board of the Vietnam Writers' Association. After 1975, Chế Lan Viên moved to work in Hồ Chí Minh City. His works in verse include: *Điêu Tàn* [Falling into ruin] (1937), *Gửi các anh* [To you] (1954), *Ánh sáng và phù sa* [Light and alluvium] (1960), *Hoa ngày thường, chim báo bão* [Everyday flowers, storm heralding birds] (1967), *Những bài thơ đánh giặc* [Poems against the enemy] (1972), *Đối thoại mới* [New conversations] (1973), *Hoa trước lăng Người* [The flowers in front of Uncle Ho's mausoleum] (1976), *Hái theo mùa* [Harvesting with the seasons] (1977), *Hoa trên đá* [Rock flowers] (1985), *Tuyển tập Chế Lan*

Viên [The collected poems of Che Lan Vien] (2 vols., 1985), *Di cảo* [The first posthumous manuscript] (1994), *Di cảo II* [The second posthumous manuscript] (1995). His prose includes: *Vàng Sao* [Yellow with stars] (1942), *Thăm Trung Quốc* [A trip to China] (1963), *Những ngày nổi giận* [Angry days] (1966), *Giờ của số thành* [The time of accounting] (1977), *Nói chuyện văn thơ* [Conversations on poetry and prose] (1960), *Phê bình văn học* [Literary criticism] (1962), *Vào nghề* [Entering the career] (1962), *Suy nghĩ và bình luận* [Thoughts and comments] (1971), *Bay theo đường dân tộc đang bay* [Fly along the path our people fly] (1976), *Nghĩ cạnh dòng thơ* [Thinking along some lines of verse] (1981), *Từ gác Khuê Văn đến quán Trung Tân* [From Khue Van Tower to Trung Tan Inn] (1981). Before his death, Chế Lan Viên was awarded the Order of Independence in 1988. Posthumous recognition included prizes from the Writers' Association for *Di cảo* [The first posthumous manuscript] and *Di cảo II* [The second posthumous manuscript] in 1994 and for *Hoa trên đá* [Rock flowers] in 1995 and the Hồ Chí Minh Award for Literature and Arts in 1996.

CHÍNH HỮU

Chính Hữu's given name is Trần Đình Đắc. He was born on December 15, 1926, in the town of Vinh of Nghệ An province. His family originally came from Can Lộc village, Hà Tĩnh province. He currently lives in Hanoi. Chính Hữu received a French baccalaureate in philosophy before the August revolution. He participated in the revolution during 1945 and, in December 1946, joined the army, serving in the capital regiment. Upon release from the army, he was elected assistant general secretary of the Vietnam Writers' Association in the third term. He served as a member of the board of directors of the Vietnam Writers' Association through 1996. Many of his poems have been published in journals; however, only a small portion of these have appeared in his two collections: *Đầu súng trăng treo* [The moon riding the tip of the gun] (1966, 1972, 1984) and *Thơ Chính Hữu* [The poems of Chính Hữu] (1997).

> I love suggestive lines in verse, lines which can inspire a variety of imaginative responses without the use of many words. Poetry is characterized by short sentences and long echoes. Sentences must be the essence of thought, the result of maximum condensation . . . I follow the Eastern poets' saying: you must combine "skill" (*xảo*)—flawless technique—with "draft" (*phác*)—simplicity. I also take Baudelaire's advice: "Each poet must be his or her own severest critic." . . . I don't think it necessary to produce a great quantity of poetry or for poetry to be composed in a fast and thus careless manner. I've told myself that I should and must be an amateur, a nonprofessional poet to preserve my freedom. Freedom to write, and only write, whatever my heart moves me to. And freedom to cross out whatever I have composed that is not true to my feelings. (From the Dictionary of Writers)

GIANG NAM (Pen names: CHÂU GIANG, HÀ TRUNG, LÊ MINH)

Giang Nam's given name is Nguyễn Sung. He was born on February 2, 1929, in Ninh Bình village, Ninh Hòa district, Khánh Hòa province. He currently lives in Nha Trang. Giang Nam received his certificate of upper primary school. He joined the Resistance at the time of the August 1945 revolution, working in the communication area, once as deputy director of Information for Khánh Hòa province. After the 1954 Geneva Agreements, he stayed in the South where he became deputy director of Ideology and Training in Khánh Hòa and deputy general secretary of the Liberation Association of Literature and Arts for South Vietnam. Giang Nam also served as a member of the National Assembly in the sixth term, as a member of the board of directors of the Vietnam Writers' Association in the second and third terms, as the editor-in-chief of *Văn Nghệ*, the weekly literature and arts journal (1978–1980), as president of the Literature and Arts Association in Phú Khánh and Khánh Hòa, and as vice-president of the People's Committee of Khánh Hòa province (1989–1993).

Among his published works are six collections of poetry and four of prose. The poetry titles are *Tháng Tám ngày mai* [A future August] (1962), *Quê hương* [Native village] (1965), *Người anh hùng Đồng Tháp* [The hero of Đồng Tháp] (1969), *Vầng sáng phía chân trời* [Light from the horizon] (1975), *Hạnh phúc từ nay* [Happiness from now on] (1978), *Thành phố chưa dừng chân* [The city without rest] (1985). The prose works are documentary narratives: *Vở kịch cô giáo* [A play of a teacher] (1962), *Người giồng tre* [The one who plants bamboo trees] (1969), *Tiền tuyến lửa* [The fire front] (1984), and *Rút từ sổ tay chiến tranh* [From the notebook of war] (1989). His awards include prizes from *Văn Nghệ* in 1961 for his poem "Quê hương" [Native village], and the Nguyễn Đình Chiểu award given by South Vietnam's Liberation Movement.

From my experience as an activist fighting against the French during the nine years of resistance and then staying in the South to continue the struggle against the U.S., I have become a poet. I know one thing: this struggle is the source of the inspiration, the instigator of both the joy and the sadness in my poems. To tell the truth, there were periods we had to face death every day; they were so fraught with dangers that none of us thought we could survive the war. In those days poetry was my heart's and my spirit's support. The first poems that I wrote were for myself, for my own reading, and for my friends and comrades in prison. They were therefore factually raw—from which came both their strength and their weakness. Now that I am getting older, things have changed and mellowed. There is, however, one thing that never changes: the writer's passion for life and for human beings.

I appreciate the new discoveries in form that help writers express feelings and thoughts in an intelligent, honest, and impressive manner. However, any kind of "supercilious pretension" and "ornamental diction" will prevent poetry from reaching the human heart. I do believe that Vietnamese poetry must bear Vietnamese characteristics. The more we develop, the more we renew our poetry, the more we need to understand and preserve what it is that makes Vietnamese poetry Vietnamese. (From the Dictionary of Writers)

HOÀNG LỘC

Hoàng Lộc was born in 1920 in Châu Khê village, Ninh Giang district, Hải Dương province. He began composing poetry when he was only a child, publishing *Từ hoàng hôn đến bình minh* [From sunset to sunrise] and *Lời thông điệp* [The message] when he was in his teens. He joined the army at the start of the war of resistance against the French, working as a reporter for the newspapers *Xông Pha* and *Bắc Sơn*. He died November 29, 1949. Hoàng Lộc's works include *Viếng bạn* [Condolences to a friend] (poems, 1947) and *Chặn gọng kìm đường số 4* [Stop the pincer movement on Route Four] (reportage, 1948).

HOÀNG NHUẬN CẦM

Hoàng Nhuận Cầm was born on February 7, 1952, in Hanoi, which is where he currently lives. His home village is Đông Ngạc, Từ Liêm, in the suburbs of Hanoi. Hoàng Nhuận Cầm entered Hanoi University in 1969. In 1971 he volunteered to join the army and he served in the air force and the air defense units. He later fought in the battlefields of Quảng Bình, Quảng Trị, and Thừa Thiên-Huế and in the Hồ Chí Minh campaign of 1975. In 1976, he left the army, reentered the university, and finished his degree. Since 1981 he has worked for the Vietnam Film Studios. Some of his poems are included in the anthology *Thơ tuổi 20* [Poems of age twenty] (1974) and he has published his poems in the books *Những câu thơ viết đợi mặt trời* [Lines waiting for the sun] (1983) and *Xúc xắc mùa thu* [Autumn's dice] (1992). His film scripts include: *Lầm lỗi* [Errors], *Đằng sau cánh cửa* [Behind the door], *Đêm hội Long Trì* [The night of Long Trì festival], *Hà Nội—Mùa đông năm 46* [Hanoi—Winter 1946], and *Áo chàm Bắc Sơn* [Bắc Sơn's indigo shirt]. He was awarded a prize from *Văn Nghệ* in 1972 and the award of the Vietnam Writers' Association (1993) for *Xúc xắc mùa thu* [Autumn's dice].

I am mad about both poetry and making movies. Both these endeavors confirm my love of life. . . . In terms of my work, I try not to imitate anybody else and not to repeat myself. This idea is best conveyed in the last two lines of "Thương River's Long Hair":

Clouds float in one direction; birds sound in their own voice
I am alone, stirring—I am alone.

(From the Dictionary of Writers)

HOÀNG TRUNG THÔNG (Pen names: ĐẶC CÔNG, BÚT CHÂM, HỒNG VÂN)

Hoàng Trung Thông was born on May 5, 1925, in Quỳnh Đôi village, Quỳnh Lưu district, Nghệ An province. He died on January 4, 1993, in Hanoi. While a high school student, Hoàng Trung Thông participated in the August uprising in 1945 in Nghệ An. He was on the board of directors of the Vietnam Writers' Association in the third term, director of the Institute of Literature and Arts, and director of Literature Publishing House. Among his published books of poetry are *Quê hương chiến đấu* [The country in struggle] (1955) *Đường chúng ta đi* [The road we take] (1960), *Những cánh buồm* [The sails] (1971), *Đầu sóng* [Crest of the waves] (1968), *Trong gió lửa* [In wind and fire] (1971), *Ô kê cuốn gói* [OK go away!] (satirical poems, 1973), *Như đi trong mơ* [As if walking in a dream] (1984), *Hương mùa thơ* [Scents of a season of poetry] (1984), *Tiếng thơ không dứt* [The endless sound of poetry] (1989), and *Mời trăng* [Invitation to the moon] (1992). He has also published critical essays entitled *Chặng đường mới của văn học chúng ta* [A new stage in literature] (1961) and *Cuộc sống thơ, thơ cuộc sống* [A life of poetry, a poetry of life] (1979). Published translations include works by Do Phu, Luc Du, Adam Mickievich, Heinrich Heine, Pushkin, and Mayakovsky.

HỒ CHÍ MINH (Pen names, among others: NGUYỄN ÁI QUỐC, LÝ THỤY)
Hồ Chí Minh's given name was Nguyen Sinh Cung. He was born on May 17, 1889, at Kim Liên village, Nam Đàn district, Nghệ An province. Born into a Confucian family, Hồ Chí Minh left Vietnam in 1911 for France. In Paris he helped publish *Le Paria,* a journal for the intercolonial union and later *Vietnam Hồn* [The soul of Vietnam]. In France, he published *Le Process de la Colonisation.* In 1920, he became a founding member of the French Communist Party at Tours. In 1930, he unified the three separate communist groups in Vietnam into the Indochinese Communist Party. In 1941, after thirty years of exile, he returned to Pac Bo in Cao Bang province in northern Vietnam to form Mat Tran Viet Minh, the League for Vietnam's Independence, as a united front against the colonial regime. In 1942, while trying to seek assistance abroad, Ho Chi Minh was arrested and imprisoned by Chang Fa-kwei, the Kwangsi warlord of the Koumintang government. Released in September 1943, he returned to Vietnam to lead the struggle culminating in the August revolution of 1945 and Vietnam's declaration of its independence. He was president until his death on September 2, 1969. His major works include *Le Process de la Colonisation;* a short play, *Con rồng tre* [The bamboo dragon]; a collection of Sino-Vietnamese poems, *Ngục Trung Nhật Ký* [Prison diary]; and the revolutionary manual, *Đường Kách Mệnh* [The path of revolution]. His selected works, in four volumes, were published in Hanoi, 1960–62.

HỮU LOAN (Pen name: HỮU)
Hữu Loan's given name is Nguyễn Hữu Loan. He was born on April 2, 1916, in Vân Hoàn hamlet, Ngọc Lĩnh village, Nga Sơn district, Thanh Hóa province, and he now lives in Thanh Hóa. Hữu Loan received his diploma from the upper primary school in Thanh Hóa and earned his living as a private tutor. In 1936 he joined the Resistance, serving in the Popular Front

Movement. In 1943 he became vice-president of Nga Sơn's Uprising Committee. During the war of resistance against the French (1946–1954), Hữu Loan served in the army as editor-in-chief of the soldiers' newspaper of the 304th Division in the Fourth Interzone. After 1954, he worked at *Văn Nghệ*. His works include the poems *Màu tím hoa sim* [The Sim flower lavender] (1990).

Written in 1946, "The Great Mountain Pass" was his first famous poem. . . . He wrote poems of current events, including the popular "Quách Xuân Kỳ." . . . Though not large in number, his poems reflect his own distinctive style. Among his popular poems in the war of resistance against the French are "The Great Mountain Pass," "The Sim Flower Lavender," "The Village I Passed By," and "The Rice Flowers." (From the introduction to *Màu tím hoa sim* [The Sim flower lavender], published in 1990 by the Writers' Association Publishing House)

HỮU THỈNH (Pen name: VŨ HỮU)

Hữu Thỉnh's given name is Nguyễn Hữu Thỉnh. He was born on February 15, 1942, in Phú Vinh hamlet, Duy Phiên village, Tam Dương district (now Tam Đảo), Vĩnh Phúc province. He currently lives and works in Hanoi. Born into a Confucian peasant family, Hữu Thỉnh spent an uneasy childhood, living six years with his uncle and beginning work as a corvee laborer when he was ten. He worked at hard labor serving French soldiers in the posts Vân Tập, Chợ Vàng, Thứa, and Thanh Vân and was often severely beaten. Only when peace returned in 1954 did he have a chance to go to school. He graduated from high school in 1963 and joined the army as a soldier of the tank forces. He first served in the 202nd Regiment as a tank driver, squad leader, and journalist. Hữu Thỉnh spent many years in the battlefields along Route 9 and south Laos (1970–1971), Quảng Trị (1972), the Western Highlands, and the Hồ Chí Minh campaign. After 1975, he entered the Cultural College and attended the first term of Nguyen Du Institute, now the Nguyen Du Writers' Training College. From 1982 to 1990 he worked as head of the Poetry Council and the deputy editor-in-chief of *Văn Nghệ Quân Đội*, the army journal of literature and arts. Since 1990 he has been editor-in-chief of *Văn Nghệ*. He has been a member of the board of directors of the Vietnam Writers' Association in the third, fourth, and fifth terms and a member of the executive committee in the third term. He is currently deputy general secretary of the Vietnam Writers' Association. His poems have been included in the anthology *Âm vang chiến hào* [Echo from the trench] and in a collection of poetry for children, *Khi bé Hoa ra đời* [When little Hoa was born]. Among his other published works are the poetry collections *Đường tới thành phố* [On the way to the city], *Từ chiến hào tới thành phố* [From the trench to the city], *Thư mùa đông* [Winter letter], and *Trường ca Biển* [Song of the sea]. His awards include prizes from *Văn Nghệ* in 1973 for his poem "Spring Welcomes," and in 1976 for his poem "The Night Ferry in the Borderland." He received the poetry award from the Vietnam Writers' Association in 1980 for his long poem *Đường tới thành phố* [On the way to the city] and in 1995 for *Thư mùa đông* [Winter letter].

About his vocation as a poet, Hữu Thỉnh said: "I have no doubt: Poetry comes from life."

LÂM THỊ MỸ DẠ

Born on September 18, 1949, in Lệ Thủy district, Quảng Bình province, Lâm Thị Mỹ Dạ now lives in Huế. She is a university graduate and served in Quảng Trị and Thừa Thiên with the youth brigades and the women's engineering units during the American war. She has worked as a reporter, a literary editor, a member of the board of directors of the Association of Literature and Arts in Thừa Thiên-Huế, and a member of the Poetry Council of the Vietnam Writers' Association in the fifth term. Among her published works are the books of poems *Trái tim sinh nở* [The begetting heart] (1974), *Bài thơ không năm tháng* [A poem without date] (1983), and *Hái tuổi em đầy tay* [Picking a handful of my age] (1989). She has also written children's stories: *Danh ca của đất* [Well-known songs of the soil] (1984), *Nai con và dòng suối* [The fawn and the stream] (1987), and *Phần thưởng muôn đời* [The eternal reward] (1987). Her awards include prizes from *Văn Nghệ* in 1973 and the award for poetry from the Vietnam Writers' Association, 1981–1983.

My childhood was full of tenderness and compassion. At ten I wrote a poem titled "The Black River." The poem was very sad; I observed the river through the lens of my abyss and pain at the time. Twenty-five years later, when my daughter was about the age I had been then, I returned to the old river and recognized that it was not black but blue and transparent. Is it true that the human spirit is a source, a special mirror that reflects both the light and color of poetry and life? And that this mirror suffers neither time nor age; sometimes it's only when we become old that our spirit can be young, and sometimes the reverse is true. Poetry is the new and the surprising hidden in the commonplace. It's difficult enough to recognize it; it's much more difficult to be able to express it. People can only attain to poetry when the egg is so hot that it breaks its own shell for life to burst forth—a life coming out fully formed and vibrant. If the shell is peeled before its time, there is no poetry, only dead words. A beautiful poem is, therefore, extremely hard work. The only way to create a beautiful poem is to lead a life that's "true to who you are." (From the Dictionary of Writers)

LÊ ANH XUÂN

Lê Anh Xuân's given name was Ca Lê Hiến. He was born to a revolutionary family on June 5, 1940, in Châu Thành district, Bến Tre province, and he died on May 24, 1968, in the suburbs of Saigon. During his childhood, Lê Anh Xuân lived with his parents in the western resistance area in the South.

In 1952, at the age of twelve, he went to work in Trịnh Đình Trọng's printing house, a part of the Southern Educational Service. In 1954, he and his family regrouped to the North. He studied in the school for Southern students in Hải Phòng, the Nguyễn Trãi School in Hanoi, and Hanoi University. He worked briefly as an assistant lecturer in the history department of Hanoi University. At the end of 1964, he volunteered to return to the South and worked in the educational subcommittee, then in the literature branch of the Liberation Association of Literature and Arts for South Vietnam. Among his published works of poetry are *Tiếng gà gáy* [The cock-crow] (1965), *Nguyễn Văn Trỗi* [Nguyễn Văn Trỗi] (1968), *Hoa dừa* [Coconut flowers] (1971), *Thơ Lê Anh Xuân* [Selected poems] (1981). His poetry has also been included in the poetry collection *Có đâu như ở miền Nam* [Is there any region like the South?] (1968). In addition, Lê Anh Xuân wrote one prose collection: *Giữ đất* [Holding the soil] (1966). He won the second prize of the poetry contest held by *Văn Nghệ* in 1961 with his poem "Nhớ mưa quê hương" [Recalling the homeland's rain] under the pen name Ca Lê Hiến.

Among the young poets appearing during the anti-American war, Lê Anh Xuân was a poet readers observed with great attention and special love. From his earliest poems, readers recognized his style: honest and innocent but lyric, fervid, simple, and clear. Lê Anh Xuân's poetry and his life show a wonderful union: there is no boundary between the poet and his works. . . . Probably, in those days of violent fighting and plentiful events, Lê Anh Xuân didn't have time to let his emotions build up to generate increased images, nor did he have time to polish each of his verse lines. He himself modestly said: "My poems are only some notes of initial feelings." (From the Introduction to his selected poems)

LÊ THỊ MÂY (Pen name: PHẠM TUYẾT HOA)

Lê Thị Mây's given name is Phạm Thị Tuyết Bông. She was born on February 4, 1949, in An Mô hamlet, Triệu Long village, Triệu Phong district, Quảng Trị province. She now lives in Thủy Trường, Huế. After graduating from high school, Lê Thị Mây joined the youth brigades and served with the army during the American war. After 1975, she entered Nguyễn Du Writers' Training College. Lê Thị Mây is currently editor-in-chief of the magazine *Cửa Việt*. Among her published works are seven collections of poems and three works in prose. The poetry includes *Những mùa trăng mong chờ* [Moon seasons of waiting] (1980), *Tặng Riêng Một Người* [For one person only] (1990), *Một Mình* [Alone] (1990), and *Giấc mơ thiếu phụ* [A young married woman's dream] (1996). She wrote the short story "Trăng trên cát" [Moon on the sand] in 1987. Lê Thị Mây won the poetry award of the Vietnam Writers' Association in 1990 for *Tặng Riêng Một Người* [For one person only].

I believe that poetry is my secret sadness which raises its cry when I am alone. (From the Dictionary of Writers)

LƯU QUANG VŨ

Lưu Quang Vũ was born on April 17, 1948, in Phú Thọ. His home village is Hải Châu, Quảng Nam-Đà Nẵng. He and his wife, Xuân Quỳnh, died in a car accident on August 29, 1988. During his childhood, Lưu Quang Vũ lived with his family in the Northernmost Base of the Resistance. After 1954 he returned to Hanoi and lived as a student there. In 1965 he volunteered to join the army and served in the air force and air defense until late 1970. In the following years he held various jobs: painter, journalist, and poet. From August 1979 until the end of his life he was a reporter for the magazine *Sân khấu* [The stage]. His work has been included in the poetry anthology *Hương cây bếp lửa* [The scent of wood and the cooking fire] (1968), and in the essay collection *Diễn Viên và sân khấu* [Actor and the stage]. Other publications include the stories "Mùa hè đang đến" [The coming summer] (1983) and "Người kép đóng hổ" [The actor in the lion's part] (1984) and the posthumous poetry collections *Mây trắng của đời tôi* [The white clouds of my life] (1989), *Bầy ong trong đêm sâu* [A swarm of bees deep in the night] (1993), and *Thơ tình Xuân Quỳnh—Lưu Quang Vũ* [Love poems of Xuân Quỳnh and Lưu Quang Vũ] (1994). More than fifty of Lưu Quang Vũ's plays and film scenarios have been published, including: *Sống mãi với tuổi 17* [Living forever at 17] (1979), *Người tốt nhà số năm* [The kind people of house number five] (1981), *Hồn Trương Ba da hàng thịt* [Truong Ba's soul, the butcher's body] (1984), *Khoảnh khắc và vô tận* [A matter of time and infinity] (1986), *Bệnh sĩ* [A matter of face] (1988), *Lời thề thứ chín* [The ninth vow] (1988), and *Điều không thể mất* [Things we can never lose] (1988). He was awarded many honors, including seven gold medals in the national festivals of theater and two awards given by the Hanoi Association of Literature and Arts.

In my opinion, poetry and drama are closely related to each other. They are the two great literary traditions; they are man's life and his intellectual world expressed in the strongest and most condensed forms even though their literary languages are different. Since I was a child, I have been crazy about the stage; I started writing poetry too when I was quite young. However, it was only after I was thirty that I dared to create my first play. My motive in writing plays is also my motive in composing poetry: the longing for the soul's expression and a desire to describe the surrounding world, a desire to participate in life's turbulence, forgiving and offering. Composing is a source of great joy and terrible pain at the same time: though I have been trying my best, my real art—my dream—is still far ahead. (From the Dictionary of Writers)

MINH HUỆ (Pen names: MAI QUỐC MINH and NGUYỄN THÁI)

Minh Huệ's given name is Nguyễn Đức Thái. He was born on October 3, 1927, in Bến Thủy, Vinh town. He now lives in Quang Trung quarter, Vinh town, Nghệ An province. Minh Huệ joined the Việt Minh, the League for Vietnam's Independence, in May 1945 and took part in the August revolution in Nghệ An. He worked in the Zone Party Committee of the Fourth Interzone and in other places in Nghệ An. Among his published works of poetry are *Tiếng hát quê hương* [The song of the country] (1959), *Đất chiến hào* [The combat trench] (1970), *Mùa xanh đến* [The coming green season] (1972), *Đêm nay Bác không ngủ* [Uncle doesn't sleep tonight] (1985). He has also written books of essays, biographies, and a novel: *Rừng xưa rừng nay* [The forest then and now] (notes, 1962), *Ngọn cờ Bến Thủy* [Ben Thuy's flag] (a documentary narrative, 1974–1979), *Người mẹ và mùa xuân* [The mother and the spring] (a biography, 1981), *Phút bi kịch cuối cùng* [The last tragic minute] (a novel, 1990), and "Thưởng thức thơ viết về Bác Hồ" [Enjoying poems about Uncle Hồ] (an essay, 1992). His awards include the first prize given by the branch of the Association of Wartime Literature and Arts in the Fourth Interzone for the poem "The Vietnamese-Chinese Blood Line" and the Nguyễn Du Award given to him by Nghệ Tĩnh in 1986 for the collection of poems *Đêm nay Bác không ngủ* [Uncle doesn't sleep tonight].

I often ask myself which factors made Hồ Chí Minh a great artist, a founder of a school of literature and arts for our people's independence and socialism. My answer to this question are the following lines:

> Rich in culture, rich in humanity
>
> In belief, magnificent and immeasurable
>
> Loving him, I write poems in response to his will
>
> My spirit at peace in the raging sea.

In addition to the subject of Ho Chi Minh, the people and the heroic soldiers of Nghệ Tĩnh Soviet, my pen has been fixed on the story of love and family culture. I do not think that we should, however, mechanically separate the so-called topics of daily life from others. It is Hồ Chí Minh's composing power that leads me to this conclusion: whatever an artist creates, he or she draws inspiration from the world of mundane life, of common sense. . . . Life in Vietnam is vast! I am filled with the admiration for the victorious crest of waves soaked with blood and tears, and I am dazzled by our people's benevolence, rightness, and fondness for peace. It recalls Uncle Hồ's testament:

> The torch of the testament brightened Thăng Long*
>
> The winds of poetry lifted the wings of the Vạn Xuân dragon
>
> (From the Dictionary of Writers)*

NGUYỄN BÍNH

Nguyễn Bính was born in 1918 in Vụ Bản district, Nam Định province. Raised in a Confucian family, Nguyễn Bính began writing poetry when he was fifteen. From 1933 to 1943 he published his poems in many popular journals. During the August revolution he went south to work in Cần Thơ province. He was president of the Cultural Association for National Salvation of Rạch Giá province in 1946–1947. In 1948 he moved to the resistance

*Thăng Long and Vạn Xuân are former names of Hanoi.

base in Đồng Tháp Mười in Cá Mau province, leading a unit of literature and arts. In 1954 Nguyễn Bính regrouped to the north. Taking up residence in Hanoi he became editor-in-chief of the journal *Trăm Hoa* and later returned to Nam Dinh to work in the Office of Culture. He died in Nam Dinh on January 20, 1966. His works include poetry: *Lỡ bước Sang ngang* [In the sport of fortune] (1940), *Tâm hồn tôi* [My soul] (1940), *Hương cố nhân* [Scent of an old friend] (1941), *Mây tần* [Tan clouds] (1942), *Mười hai bến nước* [Twelve piers] (1942), *Ông lão mài gươm* [The old man with the sword] (1947), *Đồng Tháp Mười* [Dong Thap Muoi] (1955), *Trà ta về* [Send me back] (1955), *Gởi Người vợ miền Nam* [To my wife in the South] (1955), *Trông bóng cờ bay* [Seeing the flag flutter] (narrative poem, 1957), *Nước giếng Thơi* [Thơi waterwell] (1957), and *Tình nghĩa đôi ta* [Our deep bond] (1960); the novel *Không nhan sắc* [No beauty] and a verse drama, *Bóng giai nhân* [Shadow of a beautiful woman], were both published in 1942. His two traditional operas were published as *Cô Sơn* [Miss Sơn] (1961) and *Người lái đò sông Vị* [The boatman on the Vi River] (1964).

NGUYỄN ĐÌNH THI

Nguyễn Đình Thi was born on December 20, 1924, in Luang Prabang, Laos. His home village is Vũ Thạch, Hanoi. He was a founder of the Vietnam Writers' Association. Together with his family, Nguyễn Đình Thi lived in Laos until 1931 when he returned to Vietnam to study in Hải Phòng and Hanoi. In 1941 he joined the revolution. He was a representative at the Tân Trào National Assembly and was appointed to the National Committee of Liberation. After the August revolution in 1945, he was the general secretary of the Cultural Association for National Salvation, a member of the sub-committee for drafting the Constitution, and a member of the Standing Committee of the National Assembly (the first term). He served in the war of resistance against the French, joining the army and fighting in many campaigns. He was a member of the board of directors of the Vietnam Association of Literature and Arts since 1948 and from 1955 to 1958 he was the general secretary of the Vietnam Association of Literature and Arts. He was also the general secretary of the Vietnam Writers' Association in the first, second, and third terms. He is now president of the National Union of Associations of Literature and Arts. His published works include novels: *Xung kích* [Assault] (1951), *Vỡ Bờ* [The river bank broken] (vol. 1: 1962; vol. 2: 1970), *Vào Lửa* [Entering the fire] (1966), and *Mặt trận trên cao* [The battle above] (1967); stories: *Thu đông năm nay* [This autumn and this winter] (1954) and *Bên bờ sông Lô* [On the bank of the Lô River] (1957); poetry collections: *Người chiến sĩ* [Soldier] (1956–1958), *Bài thơ Hắc Hải* [Poem of the Black Sea] (1959–1961), and *Dòng sông trong xanh* [The clear blue river] (1974); essays: *Mấy vấn đề văn học* [Some issues of literature] (1956–1958) and *Một số vấn đề đấu tranh tư tưởng trong văn nghệ hiện nay* [Some current issues in the ideological struggle of the literature and arts] (1957); plays: *Con nai đen* [The black sambar] (1961), *Hoa và Ngàn* [Hoa and

Ngần] (1975), *Tia nắng* [Rays of sunshine] (1983), *Giấc Mơ* [The dream] (1983), *Tiếng sóng* [Sound of the waves] (1985), and *Hòn cuội* [The pebble] (1987); and the children's stories, *Cái tết của mèo con* [The kitten's Tet] (1961). His awards include a second prize for his story and documentary narratives (1951–1952) and the Ho Chi Minh Award of Literature and Arts in 1996.

NGUYỄN ĐỨC MẬU (Pen names: HƯƠNG HẢI HƯNG, HÀ NAM NINH) Nguyễn Đức Mậu was born on January 14, 1948, in Nam Điền village, Nam Ninh district, Nam Hà province. He now lives in Hanoi. He was a graduate of Nguyễn Du Writers' Training College's first class. Before studying at Nguyễn Du, he served as a soldier in Chiến Thắng 312nd Division, fighting in the South. He is currently the head of the poetry section of *Văn Nghệ Quân Đội,* the army journal of literature and arts. He is the author of numerous novels, short stories, children's stories, and film scripts. His poetry was included in the anthology *Thơ người ra trận* [Poems of those going to the front] (1971). His poetry has also been published in individual volumes: *Cây xanh đất lửa* [Green trees and burning soil] (1973), *Áo trận* [Fatigues] (1976), *Mưa trong rừng cháy* [Rain in a burning forest] (1976), *Trường ca sư đoàn* [A long poem of the division] (1980), *Hoa đỏ nguồn sông* [Red flowers on the river] (1987), *Từ hạ vào thu* [From summer to autumn] (1992), *Bão và sau bão* [A storm and after] (1994). Other works of prose are *Con đường rừng không quên* [The unforgettable forest path] (short stories, 1984), *Ở phía rừng Lào* [From the Lào Forests] (stories, 1984), *Tướng và lính* [General and soldiers] (a novel, 1990), and *Chí Phèo mất tích* [The disappeared Chi Pheo] (a novel, 1993). His awards include the first prize in poetry from *Văn Nghệ* (1972–1973), the award for the short story from *Văn Nghệ* in 1981, and the Ministry of National Defense's award for *Hoa đỏ nguồn sông* [Red flowers on the river].

NGUYỄN DUY
Nguyễn Duy's given name is Nguyễn Duy Nhuệ. He was born on December 12, 1948, in Đông Vệ village, Thanh Hóa province. He now lives in Hồ Chí Minh City. He holds a degree in Vietnamese linguistics and literature. In 1965 he served as a militia squad leader, defending the area of Hàm Rồng-Thanh Hóa. In 1966, he joined the signal corps, fighting in various battlefields including Khe Sanh and along Route 9, south of Laos. In 1976, he left the army and worked for the newspaper *Văn Nghệ Giải Phóng* [Liberation literature and arts]. Since 1977 he has been the representative of *Văn Nghệ* in the South. Among his published works are ten collections of poetry, three collections of memoirs, and a novel. The books of poetry include *Cát trắng* [White sand] (1973), *Ánh trăng* [Moonlight] (1984), *Mẹ và em* [Mother and you] (1987), *Đường xa* [Distant road] (1989), *Quà Tặng* [The gift] (1994), and *Về* [Returning] (1994). In 1985 he published both a novel, *Khoảng cách* [Distance], and a documentary narrative, *Nhìn ra bể*

rộng trời cao [Wide sea and great sky]. Among his awards are the poetry prize of *Văn Nghệ* in 1973 and the poetry prize of the Vietnam Writers' Association in 1985.

NGUYỄN KHOA ĐIỀM

Nguyễn Khoa Điềm was born on April 15, 1943, in Ưu Điềm hamlet, Phong Hòa village, Phong Điền district, Thừa Thiên-Hue province. His home village is An cựu village, Thủy An district, Hue City. He currently lives in Hanoi. Nguyễn Khoa Điềm studied in a village school during his childhood. In 1955, he regrouped to the North and enrolled in the school for Southern students in North Vietnam. Having graduated from the Teachers' Training College in 1964, he returned to the South and worked in the student movement at Hue University and among high school students there. He participated in military activities, establishing revolutionary units, while also working as a journalist and a poet until 1975. After 1975, he became president of the Association of Literature and Arts in Bình Trị Thiên and vice-secretary of Thừa Thiên-Huế's People's Committee. He was a member of the board of directors of the Vietnam Writers' Association in the third term. In 1994, he returned to work in Hanoi as vice-minister of the Ministry of Culture and Information. In 1995, he was elected to be the general secretary of the Vietnam Writers" Association in the fifth term. The following year he was elected to membership in the Vietnam Communist Party's Central Committee and appointed minister of Culture and Information. Among his published works are *Cửa thép* [Steel door] (documentary narrative, 1972), *Đất ngoại ô* [Land beyond the city] (poems, 1973), *Ngôi nhà có ngọn lửa ấm* [Small house with a warm fire] (poems, 1986), and *Thơ Nguyễn Khoa Điềm* [The poems of Nguyễn Khoa Điềm] (1990). He was awarded a poetry prize from the Vietnam Writers" Association for his 1986 collection of poems.

Three factors make for the quality of literature: Word—Action—Heart. Word is the literary expression and style. Action refers to the literary ideas that move people to act. Heart is the writer's spirit as evinced on each page. Without an upright, compassionate heart, beautiful words and fiery dedication cannot by themselves produce great literature. (From the Dictionary of Writers)

NGUYỄN MỸ

Nguyễn Mỹ was born on February 21, 1935, in Trung Lương hamlet, An Nghiệp village, Tuy An district, Phú Yên province. He joined the army when he was sixteen years old, fighting in the battlefield in South Central Vietnam. In 1954, he regrouped to the North. A musician in the professional folk-dance and folk-song ensemble of the Western Highlands, he entered the school of journalism and, after graduation, worked as an editor. Nguyễn Mỹ's poem "The Red Farewell" became famous before he returned to the battlefields in the South. In 1968 he went to work as a reporter for the newspaper *Liberation Flag* in central Vietnam. He died on May 16, 1971, on the bank of the Dakta River in Trà Mỹ district, Quảng Nam province. Nguyễn Mỹ began writing during the war of resistance against the French. During his lifetime he published *Trận Quán Cau* [The battle at Quán Cau] (battle narrative, 1954). Posthumous publications include *Sắc cầu vồng* [The colors of the rainbow] (poems, with Nguyễn Trọng Định, 1980) and *Thơ Nguyễn Mỹ* [The poetry of Nguyễn Mỹ] (32 poems and 17 manuscripts, 1993). Commenting on Nguyễn Mỹ's life in *Portraits of Revolutionary Martyr-Journalists* (1996), Cao Phi Yen wrote: "Nguyễn Mỹ died, but his career, his works, and his friends and comrades live on, fresh and brilliantly red. Like the purple chrysanthemums and the red bananna flowers on his tomb, they are never separated from him."

NGUYỄN QUANG THIỀU

Nguyễn Quang Thiều was born on March 13, 1957, in Sơn Công village, Ứng Hòa district, Hà Tây province. He now lives in Hà Đông town, Hà Đông. A university graduate, he has worked as an editor at *Văn Nghệ* and *Văn Nghệ Trẻ* [Journal of literature and arts for youth]. Nguyễn Quang Thiều spent his childhood in the countryside and later studied and graduated from university in Cuba. Among his published works of poetry are *Ngôi nhà tuổi 17* [A house of 17 years] (1990), *Sự mất ngủ của lửa* [Insomnia of the fire] (1992), *Những người lính của làng* [The soldiers of the village] (1994), and *Những người đàn bà gánh nước sông* [The women carry river water] (1995). His fiction includes the novels *Cỏ Hoang* [Weeds] (1990), *Vòng nguyệt quế cô đơn* [The lonely laurel wreath] (1991), *Tiếng gọi tình yêu* [The call of love] (1992), *Kẻ ám sát cánh đồng* [The field's assassin] (1995), and the collections of short stories *Người đàn bà tóc trắng* [The white-haired woman] (1993) and *Đứa con của hai dòng họ* [The child of the two ancestries] (1996). His translations include: *Chó Dingô* [Dingo dog] (a collection of Australian poetry, with other translators, 1992) and *Khoảng thời gian không ngủ* [A time without sleep] (American poetry of the war, with other translators, 1995). A collection of his poems, *The Women Carry River Water,* translated with Martha Collins, was published in 1997 by the University of Massachusetts Press. His many awards include the 1983–1984 poetry award from *Văn Nghệ Quân Đội* for *The Night on the Train Station,* the 1989–1990 award for short stories given by *Văn Nghệ Quân Đội* for *Season of the River's Mustard Green Flowers.* He received the 1991 award for the short story from the Ho Chi Minh City Writers' Association for *Termites' Death,* and the 1993 award of poetry from the Ho Chi Minh City's journal of literature and arts for *The Women Carry River Water,* and the poetry prize of the Vietnam Writers' Association for his collection of poems *Sự mất ngủ của lửa* [Insomnia of the fire].

I write from the urge to free myself. Fight against being like others. Rarely allergic to praise or criticism. Very confident when writing. (From the Dictionary of Writers)

NGUYỄN TRỌNG OÁNH (Pen name: NGUYỄN THÀNH VÂN)

Nguyễn Trọng Oánh came from a peasant family. He was born on November 1, 1929, in Nghi Long village, Nghi Lộc district, Nghệ An province, and lived much of his life in Hanoi. He joined in the August revolution in 1945 while still in high school. He served in the 304th Brigade during many battles in the North. In 1957, when *Văn Nghệ Quân Đội*, the army journal of literature and arts, was founded, he was one of the first editors. During the American war he wrote from the front line, serving with artillery and anti-aircraft units at various locations—Cẩm bridge, Bến Thủy pier, Gianh River, and Cồn Cỏ islet. In 1967, he went to the South, to the Western Highlands and other southern battlefields, as an editor of the literature and arts magazine of the Liberation Army. In 1984, he resigned from his position in order to focus on writing. He died in Hanoi on December 24, 1993, after a serious illness and was buried in his native village. Among his published works are the collections of poetry *Thơm hương bốn mùa* [The fragrance of the four seasons] (1961), *Ngày đẹp nhất* [The most beautiful day] (1974), *Lời người cầm súng* [The rifleman's words] (1977); a chronicle, *Nhật ký chiến dịch* [Diary of a campaign] (1977); and two novels *Đất trắng* [White soil] (2 vols., 1979, 1984) and *Con tốt sang sông* [The pawn crossed the river] (1989). He won the prize for poetry from the Vietnam Writers' Association in 1977.

Talking about the past in a serious and honest manner does not mean having nothing to say about the present. (From the Dictionary of Writers)

NGUYỄN XUÂN THÂM

Nguyễn Xuân Thâm was born on January 11, 1936. His home village is An Thuận hamlet, Hương Trà village, Thừa Thiên-Huế province. He now lives in Hanoi. Nguyễn Xuân Thâm has a doctorate in science, and was an associate professor on the faculty of Hanoi Polytechnic University. He taught French, English, and Portuguese from 1989 to 1993 in Angola. His poetry was included in the anthology *Đồng xanh* [The green field] (1964), and has been published individually as *Tiếng ong bay* [Bees' buzzes] (1972) and *Nắng bên sông* [Sunshine by the river] (1985). He won first prize from the labor newspaper in 1973 for the poem "Đảo con dán" [The island of cockroaches].

PHẠM HỔ (Pen name: HỒ HUY)

Phạm Hổ was born on November 28, 1926. His home village was Nhân An, An Nhơn district, Bình Định province. He now lives in Hanoi. Phạm Hổ is one of the founders of the Vietnam Writers' Association. Born into a Confucian family, Phạm Hổ went to elementary school in his village and secondary school in Qui Nhơn. After the August revolution in 1945, he assisted poet Trần Mai Ninh in cultural activities in Qui Nhơn. During the war of resistance against the French, he was a member of the board of directors of the Painters' Association in the Fifth Interzone. In 1950, he and the writer Nguyễn Văn Bổng went to the Northernmost Base in Vietnam to take part in the meeting of the Central Committee on Literature and Arts. Having regrouped to North Vietnam, he continued to work in the field of literature and arts. His published works include the poetry *Những ngày thân ái* [Lovely days] (1957), *Ra Khơi* [Heading for the high sea] (1960), *Đi xa* [Going far away] (1970), *Những ô cửa, những ngã đường* [Many windows, many paths] (1976), and *Chú bò tìm bạn* [The calf looking for his friend] (1970; 1996); the short story "Vườn xoan" [Garden of the xoan trees] (1964) and the short story collection *Ngựa thần từ đâu đến* [Where does the magic horse come from?] (1986); fairy tales *Cất nhà giữa hồ* [Building the house in the middle of the lake] (1995); the play collection *Nàng tiên nhỏ thành ốc* [The small fairy on the rampart] (1980; 1993); the novel *Tình thương* [Love] (1964; 1974); and *Chuyện hoa qua chuyện quả* [From flowers to fruits] (6 vols., 1974–1994); and a large number of other collections of children's stories and plays. His awards include prizes for writing for children for 1957–1958 for "The Calf Looking for His Friend"; in 1967–1968 for "The Cotton Duckling," a collection of poems; in 1985 for "Silent Friends"; and in 1986 for the play *Nàng tiên nhỏ thành ốc* [The small fairy on the rampart].

Pham Ho is a writer, a poet, and a playwright; he is also a painter. But he is chiefly known as a poet who has devoted himself to writing for children.

If I had another life, I would certainly follow this career: creating poems, writing stories, and drawing pictures for children. I usually considered my love for and my devotion to children as the yardstick of my love for our country and people. Now that I am seventy years old, I still see how accurate and reliable this yardstick is. (From the Dictionary of Writers)

PHẠM NGỌC CẢNH (Pen name: VŨ NGÀN CHI)

Phạm Ngọc Cảnh was born on July 7, 1934, in Hà Tĩnh town, Hà Tĩnh province. He now lives in Hanoi. When the August revolution began in 1945, Phạm Ngọc Cảnh, at the age of twelve, volunteered to join the national guards, working first as a messenger and then as a member of the propaganda, literature, and arts team of the 103rd Regiment in Ha Tinh. He later became an actor. During the American war, Phạm Ngọc Cảnh was a member of Tri-Thien Military Zone's folk-dance and folk-song ensemble. He performed in Hue in 1968 during the Mau Than campaign. He became a star performer in the drama company of the Political Department. In addition to writing poetry, he has written film scenarios and reviews of literary works, and he has been a commentator on poetry for radio and television programs. He has also had a few minor roles in recent films. His work has been included in the poetry anthology *Gió vào trận bão* [The wind entering the storm] (1967) and with the poetry of Duy Khanh, Xuan Mien, and Xuan Quynh in *Một tiếng Xamakhi* [The word of Samakhi] (1981). His own books of poetry are *Đêm Quảng Trị* [A night in Quang Tri] (under the pen name

Vũ Ngàn Chi, 1972), *Ngọn lửa dòng sông* [The fire, the river] (1976), *Lối vào phía Bắc* [The way north] (1982), *Trăng sau rằm* [The late moon] (1985), *Đất hai vùng* [The soil in two regions] (1986), *Miền hương lặng* [Land of hidden fragrance] (1992), and *Nhặt lá* [Gathering leaves] (1995).

At the beginning of the war of resistance against the French, had I followed the advice of a musician, I would have surely become a composer. But I loved the stage. I have overcome many difficulties in order to stand firmly on the stage for twenty-five years. Being an actor is a noble vocation. One can devote one's entire life to it. Behind all the play-acting and the layers of makeup, a wonderful transformation occurs. . . . I remain myself. I need to have my own voice, a kind of voice that allows me to talk directly to one human being. Without any curtain to open or close, without any frame of reference delineated by a literary scenario or a director's hand, without any stage lights. My first poems emerged when I was a real actor . . . I committed many errors, breaking many rules of the stage. . . . It was the poems I wrote during the American war that saved me. Poetry's boundless sky, poetry's vast jungle, the great journey in search of poetry—that has been my destination. It is a journey with neither stop nor rest. Whenever feeling fatigued, I would call a soldier's name, or a lover's name. These two names, not anyone else, have given support and winds behind my back. I have no doubt that the last poem of that passionate and dangerous journey will be about one of those two. (From the Dictionary of Writers)

PHẠM SỸ SÁU (Pen name: NG XUÂN SƠN)

Phạm Sỹ Sáu was born on June 24, 1956, in Hòa Hiệp, Hòa Vang, Quảng Nam. He now lives in Hồ Chí Minh City. Phạm Sỹ Sáu served in the army in Cambodia. He now works for the Youth Publishing House in Ho Chi Minh City. Among his published works of poetry are *Hãy mở lòng ra mùa thu tới* [Open your heart, autumn is coming] (1973), *Khúc ca vào chiến dịch* [The song for the campaign] (1982), *Điểm danh đồng đội* [A roll call of friends] (1988), and *Ra đi từ thành phố* [Going from the city] (1994). His literary awards include prizes from the Ho Chi Minh City Writers' Association in 1986, from the newspaper *Liberation Saigon* in 1985, and from the Association of Literature and Arts and of the Ho Chi Minh Communist Youth Union's City Branch in Hồ Chí Minh City in 1994.

I am the son of a land with mountains, rivers, shore lines, and rice fields. I was separated from home since childhood, living among strangers and doing odd jobs to make a living and pay my tuition fees. At twenty-one I joined the army to educate myself. Eleven years later I left the army carrying a blood debt to my comrades that could never be repaid. Back in civilian life, the memory of young comrades who did not return drove me to take up the pen. I don't think I have said enough about the soldiers of my generation. They left their home to defend the country but their hearts were filled with longing for home. (From the Dictionary of Writers)

PHẠM TIẾN DUẬT

Phạm Tiến Duật was born on January 14, 1941, in Phú Thọ town, Phú Thọ province. His father taught Chinese and French; his mother was an illiterate peasant. Since his childhood Phạm Tiến Duật has lived and studied far from home. After graduating from college, he joined the army. He lived and wrote along the Hồ Chí Minh Trail throughout the American war. He is now deputy head of external relations of the Vietnam Writers' Association. His published poetry includes *Vầng trăng quầng lửa* [The moon, ring of fire] (1970, 1971), *Thơ một chặng đường* [Poem of a day's march] (1971), *Ở hai đầu núi* [On the two mountain peaks] (1981), *Vầng trăng và những quầng lửa* [The moon, rings of fire] (1983), *Thơ một chặng đường [Poem of a day's march] (a selection, 1994), Nhóm lửa* [Lighting a fire] (1996), *Tiếng bom và tiếng chuông chùa* [The bombs and the pagoda's bell] (1997). Phạm Tiến Duật won the first prize for poetry from *Văn Nghệ* in 1967 and 1970.

In an article on *Văn Nghệ* in commemoration of the fiftieth year of literature, Professor Lê Đình Kỵ distinguishes two schools of poetry during the American war: Chế Lan Viên's school and Phạm Tiến Duật's school. The first looks for beauty from within with the help of the intellect; the second looks for beauty from events of real life. Professor Lê Đình Kỵ has called it correctly in my case. Without life with its myriad characters and boundless details, I may not have any poetry. The inspiration and material of literature may emerge from what is evil, but its goal must be good. Evil relies singularly on the arrangements of the mind whereas good looks for the complexity of the heart. No great literature in the world can do without that complexity. For an example, we need look no further than the Tang and Sung poetry. Unfortunately, if committing evil is hard enough, it's even harder to do good. To do good requires a great deal of study. For instance, without knowledge, one cannot even be genuinely honest. The writer faces an immense sea ahead. (From the Dictionary of Writers)

PHAN THỊ THANH NHÀN

Phan Thị Thanh Nhàn was born on August 9, 1943, in Tứ Liên village, Từ Liêm district, Hanoi. She now lives in Đống Đa district, Hanoi. A graduate of the college of journalism, Phan Thị Thanh Nhàn is a reporter for *New Hanoi* and the deputy editor-in-chief of *Hanoi's People*. Her poetry has been published in the collection *Tháng giêng hai* [The second of January] (1970), and individually in *Hương thầm* [Secret scent] (1973), *Chân dung người chiến thắng* [A winner's portrait] (1977), *Bông hoa không tặng* [Flowers for no one] (1987), and *Nghiêng về anh* [Leaning toward you] (1992). Her stories have appeared as *Xóm đê ngày ấy* [Those days in the dike hamlet] (1977), *Hoa mặt trời* [Sunflowers] (1978), *Tuổi trăng rằm* [Full-moon's age] (1982), *Ánh sáng của anh* [That man's light], and *Bỏ trốn* [Running away] (1995). She won the second prize in poetry from *Văn Nghệ* in 1969 and awards from the Hanoi Association of Literature and Arts 1980–1984.

In the summer of 1996, the literary composition course held by Hanoi City Writers' Association usually ended at 4:30. The students kept on inviting their "teacher" (me) to have a beer with them; I could join them only once. I didn't go because I "had to" go to Ba Dinh Club immediately after class because its swimming pool would be closed at 6:00. I tried to swim about an hour every afternoon. After that, I went to Yên Phụ to pay my mother a visit. My mother is now seventy-nine years old. When I got home, it was often after 9:00 p.m. I rushed to have dinner ready by the time my daughter came home from her evening English class. We had dinner and talked to each other about our days. Together, we watched television. Sometimes I fell asleep because I was so tired. I would wake up early in the morning and lie in bed reading books, newspapers, and other periodicals that I keep on one end of the bed, close to the pillows. I'm not very tidy. In brief, before becoming a writer, I was only an ordinary woman. (From the Dictionary of Writers)

QUANG DŨNG

Quang Dũng's given name was Bùi Đình Dậu. He was born in 1921. His home village is Phương Trì, Đan Phượng district, Hà Tây province. He died on October 14, 1988, in Hanoi. Before the August revolution in 1945, Quang Dũng studied in Thăng Long High School. Having graduated from high school, he taught at private schools in Sơn Tây. After the revolution, he joined the army, working in the Office of Military Affairs in the Northern Region and as a reporter for the newspaper in the Second Interzone. In 1947, he took a refresher course at Sơn Tây Supplementary Army College. Then he was assigned to the Westward regiment, as company commander and deputy head of the Vietnamese-Laotian Armed Propaganda team. He left the army in August 1951. In 1954, he became an editor for *Văn Nghệ* and the Literature Publishing House. Among his published collections of poetry are *Bài thơ sông Hồng* [Poem of the Red River], a narrative poem (1956), and *Mây đầu ô* [The cloud above capital's gate] (1986). Works of his prose include the short stories "Mùa hoa gạo" [Season of the rice flowers] (1950) and "Nhà đồi" [House on the hill] (1970), and documentary narratives *Đường lên Thuận Châu* [Road to Thuận Châu] (1964), *Rừng về xuôi* [Down from the forest], and *Một chặng đường Cao Bắc* [On the road to Cao Bắc] (1983). A collection of his poetry and prose, *Thơ văn Quang Dũng,* was published in 1988.

Quang Dũng's fame is closely related to the poem "The Westward Advance."

To me, those days when I wore a uniform and worked as an army officer were sacred and proud days. Having graduated from Sơn Tây Supplementary Army College, I worked in the Westward Regiment. My 212nd Battalion, which used to threaten the Cát Bi and Bạch Mai airports, was reassigned to be part of the Westward campaign. In the beginning, we traveled by truck; then we went on foot, getting a real taste of what the

Westward campaign was like: cutting a path through the jungle, sleeping in the open sky. I tried to describe it in my poems: the steep slopes, "solitary, surrounded by clouds" on which "guns sniff the sky"; the evenings, "impressively holy with the roar of waterfalls"; the nights, "in Mường Hịch when the tigers teased us" were real. In my regiment there were many soldiers who suffered from malaria and lost all their hair. In such arduous and undersupported circumstances, many soldiers not only got seriously ill but also died. We lived in people's houses; whenever we heard the gong clanging, we gathered in the house of the hamlet head to say good-bye to another son of the forest. The sound of the gong there was sad and melancholy. An immeasurable sadness. Telling about it now, I can still hear its distant echoes. (From *Recalling the Westward March,* Văn Học Publishing House, 1994, p. 155)

TẠ HỮU YÊN (Pen names: LÊ HỮU, XUÂN HỮU, ĐÔNG XUÂN, CỬ TẠ)

Tạ Hữu Yên was born in July 1927 in Đông Hội hamlet, Ninh An village, Hoa Lư district, Ninh Bình province. He retired as a colonel and he now lives in Hanoi. Tạ Hữu Yên has held many positions, including managing secretary of the newspaper *Right Bank Military Zone* and literary editor of the People's Army Publishing House. Among his published works of poetry are *Gửi người bên kia chiến lũy; Bài thơ chính nghĩa* [To those on the other side of the ramparts, a poem of justice] (1950), *Tiếng ca xanh* [Green song] (1983), *Bàn tay hoa văn* [Artful hands] (a multiauthor compilation, 1985), *Bức chân dung* [The portrait] (1985), *Nỗi nhớ ngày thường* [Ordinary longing] (1987), *Ngọn súng biên phòng* [Border-defending guns] (1983), *Sấm dậy trưa hè* [Summer thunder] (1984), and *Thung lũng lửa và hoa* [Valley of fire and flowers] (1988). Tạ Hữu Yên has also compiled or coedited a number of other literary essays and biographies: *Truyện hay nhớ mãi* [Unforgettable stories] (with Thái Vũ, 1988), *Nữ tướng Việt Nam* [Vietnamese female generals] (1991), *Dương bàn những cái chết* [Deaths' positives] (with Lữ Giang, 1994), *Hoa Lư xưa và nay* [Hoa Lư then and now] (with Vũ Bảo and Lữ Giang, 1995), and *Chuyện kể về Bác Hồ* [Stories of Uncle Ho] (1994, 1995).

Tạ Hữu Yên has received numerous awards and many of his poems have been set to music, including the popular songs: "Uncle Ho's Sandals" (score by Văn An), "October's Emotions" (score by Nguyễn Thành), "Youth's Song" (score by Thanh Phúc), "A Staunch Soldier" (score by Huy Du), "Our Country" (score by Phạm Minh Tuấn), and "On the Far-off Sea" (score by Văn An).

TẾ HANH

Tế Hanh's given name is Trần Tế Hanh. He was born on June 20, 1921, in Bình Dương village, Bình Sơn district, Quảng Ngãi province. He now lives in Hai Bà Trưng district, Hanoi. Tế Hanh joined the revolution in August 1945 and served in Huế and Đà Nẵng. A founding member of the Vietnam

Writers' Association, he was a member of its first board of directors, head of its department of external relations (1968), chair of the Translation Council (1983), and chair of the Poetry Council (1986). His published collections of poetry include *Hoa Niên* [Bloom of youth] (1945), *Hoa mùa thi* [Flowers in a season of exams] (1948), *Nhân dân một lòng* [One-hearted people] (1960), *Bài thơ tháng bảy* [July's poem] (1961), *Hai nửa yêu thương* [Two halves of love] (1963), *Khúc ca mới* [The new song] (1966), *Đi suốt bài ca* [Going through with the song] (1970), *Câu chuyện quê hương* [A story about the homeland] (1973), *Theo những tháng ngày* [Following the passing days] (1974), *Giữa những ngày xuân* [On spring days] (1977), *Con đường và dòng sông* [The road and the river] (1980), *Bài ca sự sống* [A song on life] (1985), *Tế Hanh tuyển tập* [Selected poems] (1987), *Thơ Tế Hanh* [Te Hanh's poems] (1989), *Vườn xưa* [The old garden] (1992), *Giữa anh và em* [Between you and me] (1992), and *Em chờ anh* [I wait for you] (1994). In addition to his poetry he has published essays, children's poems, and translations. His literary awards include the Hồ Chí Minh Award of Literature and Arts in 1996.

I have written poetry for almost sixty years. Sometimes I could, sometimes I couldn't but I have always thought about poetry, and done other things to prepare for the Muse. I do not believe in the school that considers poetry to be esoteric and that poetry comes from external imagination and illusions. Poetry, I believe, has to fasten itself to the fate of the people, the country. The poet's heart has to beat with the major turning points of history. He, however, should not run after the daily twists and turns, making his poems into press reports. In a poet's life, youth is the most important period and should never be wasted. It's the age of twenty-six through forty. Older poets must value the younger ones for they are the future of the country's poetry. (From the Dictionary of Writers)

THÂM TÂM

Thâm Tâm's given name was Nguyễn Tuấn Trình. He was born in 1917 in Hải Dương town, Hải Dương province. He lived many years in Hanoi. Born into a family of teachers, he attended elementary school in Hanoi. He earned his living drawing pictures. In the early 1940s, he started to write, contributing to journals such as *Saturday Novel*. After the August revolution in 1945, he was the editor of the *Tiền Phong* [Pioneer] magazine. He then joined the army and moved to the Resistance base, becoming managing secretary of the newspaper of the national guards (forerunner of today's *Quân Đội Nhân Dân*, the People's Army newspaper). He died on August 18, 1950, while on a mission in Viet Bac, the northernmost resistance base. His published works include *Tống biệt hành* [The leave-taking song] (printed in *Vietnamese Poets*, 1942), *Ngậm ngùi cố sự* [Grieving the past], *Chào Hương Sơn* [Hello Huong Son], *Lưu biệt* [Reluctantly saying good-bye] *Vạn lý Trường Thành* [The great wall] (printed before August 1945), *Chiều mưa đường số 5* [Afternoon rain on Route 5] (poems, 1949), and *Thơ Thâm Tâm* [Thâm Tâm's poems] (1988).

THANH THẢO

Thanh Thảo's given name is Hồ Thành Công. He was born in 1946. His home village was Đức Tân, Mộ Đức district, Quảng Ngãi province. He now lives in Quảng Ngãi. After getting his degree in Vietnamese linguistics and literature, Thanh Thảo served in South Vietnam during the American war. He is now the deputy general secretary of the Association of Literature and Arts in Quang Ngai. Among his published books of poetry are *Những người đi tới biển* [Those who reach the sea] (1977), *Dấu chân qua trảng cỏ* [Footprints across the grass] (1980), *Khối vuông Rubic* [The "Rubic" square] (1985), *Từ một tới một trăm* [From one to a hundred] (1988), and *Những ngọn sóng mặt trời* [The sun's waves] (1994). His awards include the poetry prizes from the Vietnam Writers' Association for *Dấu chân qua trảng cỏ* [Footprints across the grass] in 1979 and for *Những ngọn sóng mặt trời* [The sun's waves] in 1995.

THU BỒN

Thu Bồn's given name is Hà Đức Trọng. He was born on December 1, 1935, in Điện Thắng village, Điện Bàn district, Quảng Nam province. He now lives in Nội Hóa hamlet, Bình An village, Thuận An district, Sông Bé province. Thu Bồn joined the young cadets at the age of twelve. He served as an army messenger and also a soldier. During the American war, he served in the Western Highlands, the Fifth Interzone, Quảng Trị, and the South-West border area as a war correspondent, a member of the shock brigades, and an artilleryman. He was an editor of the literature and arts magazine of the Liberation Army in Central Vietnam and an editor of and contributor to *Văn Nghệ Quân Đội*, the army journal of literature and arts. Among his published works of poetry are *Tre xanh* [Green bamboos] (1969), *Mặt đất không quên* [The unforgettable ground] (1970), *Quê hương mặt trời vàng* [The yellow sun's homeland] (1976), *Badan khát* [Thirsty badan] (1976), *Cam-pu-chia hy vọng* [Campuchia hopes] (1978), *Oran 76 ngọn* [The Oran 76 Peaks] (1979), *Người vắt sữa bầu trời* [The one who milks the sky] (1986), *Thông điệp mùa xuân* [Spring's message] (1985), and *Một trăm bài thơ tình nhờ em đặt tên* [One hundred love poems you are asked to name] (1992). His novels are *Chớp trắng* [White flash] (1970), *Những đám mây màu cánh vạc* [Heron colored clouds] (2 vols., 1975), *Hòn đảo chân ren* [The lace-rimmed island] (1972), *Dòng sông tuổi thơ* [The river of youth] (1973), *Đỉnh núi* [The mountain peak] (1972), *Vùng pháo sáng* [The region of flares] (1986), *Cửa ngõ miền Tây* [Gateway to the west] (1986), and *Em bé vào hang cọp* [The child enters the tiger's cave] (2 vols., 1986). He has also written the short stories *Em bé trong rừng thốt nốt* [Child in the palmyra forest] (1979) and *Dưới tro* [Under the ash] (1986). He won the Nguyễn Đình Chiểu Award for Literature given by the Central Committee of the

National Liberation Front in 1965 and the International Literature award given by the Asian-African Association in 1973 for his long poem *Bài ca chim chrao* [The chrao bird's song] (1962). Thu Bồn is known as one of the founders of the long poem tradition in Vietnam. Patriotism demands from the writer not only the courage to glorify but also the courage to criticize. In the end, one has to love deep down in one's gut. When the fate of the country is in the balance, the writer has to show his all—blood and sweat spread on the arena—and, if necessary, be ready to sacrifice like a soldier. . . . Now that the country is unified, at peace and *đổi mới* (in renovation), it's easy to be indifferent and go with the flow in order to make a living after so many years of war and hardship. The writer, I believe, has a great burden. This new struggle, now, is much more delicate and complex. (From the Dictionary of Writers)

TỐ HỮU

Tố Hữu's given name is Nguyễn Kim Thành. He was born on October 4, 1920, to a poor Confucian family. His home village is Quảng Thọ (formerly Phù Lai), Quảng Điền district, Thừa Thiên province. He currently lives in Hanoi. Tố Hữu learned and practiced writing poetry at the age of six or seven. A leader of the Union of Democratic Youths in Huế, he published his first poems in 1937 and 1938. In April 1939 he was arrested and kept in prison in Central Vietnam and then the Western Highlands by the French. In March 1942 he escaped from the DacLay prison and continued his secret revolutionary activities until 1945, when he was the president of the Uprising Committee in Thua Thien-Hue. He was an alternate member of the Central Committee of the Vietnam Communist Party in 1951, a member of the secretariat of the Vietnam Communist Party from 1958 to 1980, rector of Nguyễn Ái Quốc College, and head of the Reunification Committee (1974–1975). His published poetry includes *Từ ấy* [Since then] (1946), *Việt Bắc* [The northernmost base] (1954), *Gió lộng* [Strong winds] (1961), *Ra trận* [To the front] (1972), *Máu và hoa* [Blood and flowers] (1977), and *Một tiếng đờn* [A single note] (1992). His published essays are entitled *Xây dựng một nền văn nghệ lớn xứng đáng với nhân dân ta, thời đại ta* [Building a literature and arts worthy of our people, our era] (1973) and *Cuộc sống cách mạng và văn học nghệ thuật* [The revolutionary life, literature, and art] (1981). He was awarded first prize by the Vietnam Association of Literature and Arts in 1954–1955 for *Việt Bắc* [The northernmost base], The ASEAN [Association of Southeast Asian Nations] Literature Award in 1996, and the Hồ Chí Minh Award for Literature and Arts, 1996.

I have fought all my life for our nation's independence and the ideal of Communism. Side by side with revolutionary activities, I write poetry to further the goals of the revolution. For me, "A hundred years" bond: The Party and Poetry. (From the Dictionary of Writers)

TRẦN ĐĂNG KHOA

Trần Đăng Khoa was born on April 26, 1958, at Quốc Tuấn village, Nam Thanh district, Hải Dương province. He now lives in Hanoi. A graduate of the Nguyễn Du Writers' Training College, Trần Đăng Khoa also studied at the Gorky Institute of World Literature in the Soviet Union. Considered a child prodigy, he was nationally known as a poet from the age of seven and he published his first collection of poems at the age of ten. The third child of a farm family living on the Kinh Thầy River, he joined the army in the last months of the American war. He also served a short time in the navy. He is currently a literary critic and editor at *Văn Nghệ Quân Đội*, the army journal of literature and art. His published poetry includes *Góc sân và khoảng trời* [The yard and the sky] (1968, with more than twenty printings), *Thơ Trần Đăng Khoa* [The poems of Trần Đăng Khoa] (1st series, 1970; 2nd series, 1983), *Trường ca trừng phạt* [Poem of punishment] (1973), *Khúc hát người anh hùng* [The hero's song] (1974), *Trường ca Giông bão* [The storm] (1983), and *Bên cửa sổ máy bay* [By the plane's window] (1986). Many of his poems have also been translated into Russian, French, and other languages. Trần Đăng Khoa was awarded the Poetry Prize of *Thiếu niên tiền phong* [Youth vanguard] in 1968, 1969, and 1971. He was awarded the poetry prize by *Văn Nghệ* in 1981–1982.

Khoa's first published poem appeared in *Văn Nghệ* when he was eight years old and in second grade. As there were not many poets at that time, and certainly not many child-poets, Khoa immediately became a phenomenon, a literary rarity. People came from hundreds of kilometers under the bombings to catch a glimpse of him . . . as if he had come from another planet. Quite a few asked him to open his fingers, checked the shape of his palm, dug their fingers into the top of his head, then walked away with secretive looks. (From the Dictionary of Writers)

VĂN LÊ

Văn Lê's given name is Lê Chí Thụy. He was born on March 2, 1949. His home village is Gia Thanh, Gia Viễn district, Ninh Bình province. He now lives and works in Tân Bình district, Hồ Chí Minh City. Văn Lê is a film director, poet, novelist, and short story writer. After graduating from high school, he joined the army and fought in the South's major battlefields. He was later transferred as a reporter and after that as editor of the magazine *Văn Nghệ Quân Giải Phóng* [The liberation army's literature and arts]. After April 1975 he worked for the Documentary Film Studio. He rejoined the army during the war with Campuchia. After the war, he returned to the Documentary Film Studio in Hồ Chí Minh City and has been working there since as both a film director and writer. His poetry includes *Một miền đất, một con người* [A land, a person] (1976), *Khoảng thời gian tôi biết* [The time I know] (1983), *Phải lòng* [Falling in love] (1994), and *Chim Hồng Nhạn bay về* [Red birds returning] (1996). His stories and novels are *Những ngày không yên tĩnh* [Unquiet days] (1978), *Chuyện một người du kích* [The story of a guerrilla] (1980), *Bão đen* [Black storm] (1980), *Đồng chí đại tá của tôi* [My colonel comrade] (1981), *Người gặp trên tàu* [The one I met on the ship] (1982), *Khoảng rừng có những ngôi sao* [The starry patch of forest] (1985), *Ngôi chùa ở Prarhan* [The pagoda in Prarhan] (1985), *Hai người còn lại trong rừng* [Two persons left in the forest] (1989), *Tình yêu cả cuộc đời* [A lifelong love] (1989), *Khi tòa chưa tuyên án* [Before the verdict] (1989), *Tiếng rơi của hạt sương khuya* [The fall of the night dew], and *Nếu anh còn được sống* [If you survive] (1994). His work has been anthologized in the short story collection *Gặp lại* [Meeting again] (1978). Among his many literary awards are the poetry prize from *Văn Nghệ* in 1975–1976, a poetry award from *Văn Nghệ Quân Đội* (1984) and the literary award given by the Ministry of National Defense in 1994 for his novel *Nếu anh còn được sống* [If you survive].

I like to live truthfully, speak truthfully, and write truthfully. Life I can take lightly, but writing I can't take lightly . . . I may lack talent but I cannot live without human feelings and I cannot write without human feelings. (From the Dictionary of Writers)

VIỆT PHƯƠNG

Việt Phương was a long-time personal secretary to Prime Minister Phạm Văn Đồng. In late 1970 he published *Cởi Mở* (Open-minded). This, his only book of poetry to date, drew wide attention at the time. In 1971 he worked for the economic committee of the prime minister's office.

VÕ QUÊ

Born on March 7, 1948, in Phú An, Phú Vang, Thừa Thiên-Huế, Võ Quê now lives and writes in Hue. He began school in 1954 but had to leave three years later. From 1957 to 1962 he earned his living as a baker, an ice cream vendor, and a bus conductor. He returned to school in 1962 and later attended the College of Letters in Huế. He was imprisoned on Côn Sơn Island because of his student activities and writings and was released in the prisoner exchange of 1973. A singer, poet, song writer, and short story writer, he has been the vice-president of the Association of Literature and Arts in Thua Thien-Hue since 1993. In 1997 he was elected the association's president. Among his published works are *Chị Sáu* [Ms. Sau] (short stories, 1971), *Giọt máu ta một biển Hòa Bình* [A drop of blood, a sea of peace] (a play in verse, 1971), *Nguồn mạch mới* [New source] (a multiauthor anthology of poetry, 1971), *Nhớ ơn cây lúa lúa ơi* [Grateful for the rice stalks!] (children's poems, 1971), *Ngợi ca* [Praise] (poems, 1993), and *Mười thương em bé* [The child's ten lovely points] (poems, 1992).

The poet's life and his works are one, not two. The poet lives his life with kindness and grace so that each poem, each page of verse, shimmers with joy, praise, and compassion. (From the Dictionary of Writers)

VÕ VĂN TRỰC

Võ Văn Trực was born on January 28, 1936, in Hậu Luật hamlet, Diễn Bình village, Diễn Châu district, Nghệ An province. He now lives in Hanoi. After graduating from the Teachers' Training College, Võ Văn Trực worked in the Ministry of Foreign Affairs. From 1962 to 1967 he was an editor at the Youth Publishing House. Since 1977 he has been the deputy editor-in-chief of the weekly magazine *Văn Nghệ* [Journal of literature and arts]. His published works include the poetry collections: *Chú liên lạc đội Xích vệ* [The Liaison Boy of Xich Ve Troop] (children's poems, 1971), *Trận địa quê hương* [The country's battlefield] (1972), *Người anh hùng đất Hoan Châu* [Hoan Chau's hero] (1976), *Ngày hội của rạng đông* [The dawn festival] (1978), *Hành khúc mùa xuân* [Spring march] (1980), *Trăng phù sa* [Alluvial moon] (1983), *Tiếng ru đồng nội* [The lullaby of the countryside] (1990), and *Hương trong vườn bão* [Scent of the storm garden] (1995). His works of prose include: *Nắng sáng trời ngoại ô* [The bright sunshine of the suburb] (1979), *Câu chuyện những dòng sông* [River stories] (1983), *Những dấu chân lịch sử* [Footprints in history] (1985), *Đèo lửa đèo trăng* [The fire mountain pass, the moon mountain pass] (1987), *Truyền thuyết núi hai vai* [The legend of two-shoulder mountain] (1990), *Chuyện làng ngày ấy* [The village stories in those days] (1993), *Những thi sĩ dân gian* [Folk poets] (1996), *Vè Nghệ Tĩnh* [Nghệ Tĩnh's Folk Verses] (with others, 1962), *Cỏ Bợ* [Bợ grass] (1983), and *Kho tàng ca dao xứ Nghệ* [Nghệ's treasure of folk rhymes] (with others, 1996). His literary awards include the 1976–1980 poetry award and the 1981–1985 narrative award given by the Hanoi Association of Literature and Arts and the 1981–1983 poetry award given by the Vietnam Writers' Association for *Trăng phù sa* [Alluvial Moon].

Like almost all other villages in Nghệ Tĩnh, the popular cultural activities of my village are rich and include many folk songs particular to the cotton guild, the grass guild, the firewood guild, the timber hauling guild, and so on. There are many work songs and many traditional festivals. Folk verses are constantly being composed and passed from one generation to another. During my childhood, I learned by heart many of the popular verses and folk songs. As I grew up I consciously began to collect them. Throughout my life and my literary career, I have been inspired by the traditions of my homeland. People of my village were poor but the patriotic and revolutionary movement developed early and strongly in my homeland. During the period of the Cần Vương's movement, young men from my village joined Dr. Scholar On's insurgent troops. In 1927, a chapter of the Association of Revolutionary Youth was established in my village. In 1935, the first congress of the Indochinese Communist Party was held in Macao, and Mr. Võ Nguyên Hiến, also called Chắt Kế, was elected to the Party's Central Committee . . . I admire the people from my village greatly and this has strongly influenced my writing. After the August revolution, because of the local cadres' erroneous views, the elaborate cultural framework built over the last 700 years was destroyed. It is a great tragedy and I regret it deeply. Using my pen, I hope to reconstruct the ancient face of our people so that the generations to come can take pride in and enrich our country's unique heritage. (From the Dictionary of Writers)

VŨ CAO

Vũ Cao's given name is Vũ Hữu Chinh. He was born on February 18, 1922, in Liên Minh village, Vụ Bản district, Nam Định province. He now lives in Hanoi. Born into a family rich with writers, Vũ Cao is the elder brother of writers Vũ Ngọc Bình and Vũ Tú Nam. Vũ Cao served many years in the army's literature and press division. A reporter for the national guards' newspaper and the People's Army newspaper, he became editor, assistant editor-in-chief, and then editor-in-chief of *Văn Nghệ Quân Đội*, the army journal of literature and arts, between 1967 and 1980. Later he was director of the Hanoi Publishing House and vice-president of Hanoi Association of Literature and Arts. Among his published works are the poems *Sớm nay* [Early this morning] (1962), *Đèo trúc* [Truc Mountain pass] (1973), and *Núi đôi* [The couple of the mountains] (1990); the short story collections *Truyện một người bị bắt* [A prisoner's story] (1958), *Những người cùng làng* [People of the same village] (1959), and *Từ một trận địa* [From a battlefield] (1973); and the children's stories *Em bé bên bờ sông Lai Vu* [A child by the bank of the Lai Vu River] (1960) and *Anh em anh chàng Lược* [The Luoc brothers] (1965).

When I was at school, I loved reading books of literature. Literature helped me understand many things about human beings and their lives. Taking part in the revolution, I joined the army, worked as a journalist; reporting and editing became my career. . . . what I write comes directly from the life of our soldiers and our people, from their life and for their life. As writers we have to increase the scope of our knowledge and experiences, and constantly link ourselves to the country, the people and the revolution. We have to be responsible for our discourse: a clear and a simple style is crucial. Each writer needs to have his or her own individuality, but no one should separate themselves from the struggle of our people. (From the Dictionary of Writers)

VŨ QUẦN PHƯƠNG (Pen names: NGỌC VŨ, PHƯƠNG VIẾT)

Vũ Quần Phương's given name is Vũ Ngọc Chúc. He was born on September 8, 1940. His home village is Hải Trung, Hải Hậu district, Nam Định province. He now lives at Nam Thành Công, Hanoi. Trained as a doctor, Vũ Quần Phương changed his career to become a literary editor of the Vietnam Broadcasting Station. He is president of Hanoi Association of Literature and Arts, editor-in-chief of the newspaper *Người Hanoi* [Hanoi's people]. He is also a member of the National Assembly of the tenth term, and on its Committee on Culture and Education. Among his published works are the collections of poems *Hoa trong cây* [Flowers in the tree] (1977), *Những điều cùng đến* [The things come together] (1983), *Cát sáng* [Bright sand] (with other authors, 1985), and *Vầng Trăng trong xe bò* [The moon in the ox cart] (1988). His literary criticism has been published as *Đọc thơ Hương Tích* [Reading poems of Hương Tích] and *Thơ với lời bình* [Poems and comments] (1990, 1994). His awards include prizes from the Hanoi Association of Literature and Arts, the Vietnam Confederation of Trade Unions, and the poetry award of the Vietnam Writers' Association in 1984 for *Những điều cùng đến* [The things come together].

Poetry is lived experiences received through emotions and communicated by emotions. The intelligence of poetry is the intelligence of emotion; the emotion of poetry is the emotion of intelligence. Poetry brings feelings into being. Poetry is, therefore, natural but not instinctive. (From the Dictionary of Writers)

VŨ TÚ NAM (Pen name: TÚ NAM)

Vũ Tú Nam's given name is Vũ Tiến Nam. He was born on October 1, 1929, in Liên Minh village, Vụ Bản district, Nam Định. He now lives in Ba Đình district, Hanoi. Vũ Tú Nam joined the Resistance at the age of sixteen. He later graduated from the university in the field of literature and history. From 1947 to 1951, he was on the staff of *Chiến Sĩ*, the soldiers' newspaper in the Fourth Interzone, and for *Quân Đội Nhân Dân*, the People's Army newspaper. During 1952 and 1953 he was literature and arts cadre for Cục Tuyên Huấn (Office of ideology and training). From 1954 to 1957 Vũ Tú Nam was vice director of the literature and arts section of the army. From 1958 to 1994, he held many offices including managing editor at the literary journal *Văn Học* (now *Văn Nghệ*), director of the Tác Phẩm Mới (New Works) Publishing House (now the Writers' Association Publishing House), and general secretary of the Writers' Association. He was elected to the executive board of the Writers' Association in the first, second, third, and fourth terms. In 1996, he was elected a member of the National Assembly, for the ninth term. Vũ Tú Nam has published nineteen collections including two collections of poems. His works include *Bên đường 12* [By Route 12] (a novella, 1950); *Quê Hương* [Native land] (short stories, 1961); *Sống với thời gian hai chiều* [Living in two-dimensional time] (stories, 1983); *Mùa xuân-tiếng chim* [Spring bird calls] (short stories, 1985); and *20 truyện ngắn* [Twenty short stories] (1994). Vũ Tú Nam has written twenty-two children's books and is responsible for six volumes of translations. They include *Văn ngan tướng công* [The goose general], *Hoa nắng* [Sunlight flowers] (1987); *Chú chuột láu* [The crafty mouse] (1988), and *Tiếng ve ran* [The cicadas song] (1994). He was awarded first prize by the Association of Arts and Literature of the Fourth Interzone for his 1950 novella *Bên đường 12* [By Route 12].

Thanks to the revolution, my time in the army and the Resistance, I became a writer. In my works I pay special attention to the common workers, the farmers, the ordinary soldiers. . . . I often focus and put my faith in what is good and noble in human beings. I prize honesty and kindness. I enjoy writing short stories for adults and for children. I write poetry, but only when inspired and when unable to express my feelings through prose. (From the Dictionary of Writers)

XUÂN DIỆU (Pen name: TRẢO NHA)

Xuân Diệu's given name was Ngô Xuân Diệu. He was born on February 2, 1917, in Bình Định. His home village is Can Lộc, Hà Tĩnh province. He died on December 18, 1985, in Hanoi. After receiving the baccalaureate, Xuân Diệu began work as an official in Mỹ Tho in 1940. In 1943, he resigned his office and went to Hanoi. In 1944, he joined the Việt Minh, the League for Vietnam's Independence. After the August revolution in 1945, Xuân Diệu worked as the managing secretary of the magazine *Tiền Phong* [Pioneer]. During the war of resistance against the French, he worked in the Vietnam Broadcasting Station and the Vietnam Association of Literature and Arts. He was a member of the board of directors of the Vietnam Writers' Association and of the first Vietnamese National Assembly. He was elected a member of the Academy of the German Democratic Republic in 1983. Among his published works of poetry are *Thơ thơ* [Poetry, poetry] (1938, many reprints), *Gửi hương cho gió* [Fragrance to the wind] (1945–1967), *Lá quốc kỳ* [The national flag] (1945–1961), *Hội nghị non sông* [The national conference] (1946), *Dưới sao vàng* [Under a yellow star] (1949), *Riêng chung* [Private and public] (1960), *Mũi Cà Mau—Cầm Tay* [The Cà Mau Point—holding hands] (1962), *Một khối hồng* [A pink mass] (1964), *Hai đợt sóng* [Two surges of waves] (1967), *Tôi giàu đôi mắt* [Rich with these eyes in my head] (1970), *Hồn tôi đôi cánh* [My soul, my pair of wings] (1976), *Thanh ca* [Singing clearly] (1982), *Một chùm thơ* [A handful of poems] (published in Paris, 1983), and *Tuyển tập Xuân Diệu tập I* [Xuân Diệu's first selection of poems] (1982–1986). His prose works include *Phấn thông vàng* [The yellow pine pollen] (1939–1967), *Trường ca* [A long poem] (1945–1957), *Miền nam nước Việt* [South Vietnam] (1945), *Việt Nam nghìn dặm* [Vietnam: A thousand miles] (1948), *Ký sự thăm nước Hung* [Notes of a visit to Hungary] (1956), *Triều lên* [A rising tide] (1958), *Tiểu luận phê bình: Thanh niên với Quốc văn* [A critical essay: Youth and the national literature] (1945), *Những bước đường tư tưởng của tôi* [My many stages of thought] (1958), *Dao có mài mới sắc* [Only the sharpened knife is sharp] (1963), *Và cây đời mãi mãi xanh tươi* [And the tree of life is ever green] (1971), *Lượng thông tin và các kỹ sư tâm hồn ấy* [The information flow and those engineers of the spirit] (1978), *Các nhà thơ cổ điển Vietnam* [Vietnamese classical poets] (2 vols., 1981–1982), and *Công việc làm thơ* [The work of poetry] (1984). His translations include *Thi hào Nadim Hítmét* [The great poet Nazim Hikmet] (1962), *Vây giữa tình yêu* [Surrounded by Love] (1968), *Thơ Nicola Ghiden* [Nicola Ghiden's poetry] (1982), *Những nhà thơ Bulgaria* [Bulgarian poets] (1985). His awards include the 1954–1955 literary award of the Vietnam Association of Literature and Arts for "The Star" and the posthumous Ho Chi Minh Award of Literature and Arts in 1996.

The revolution has opened up horizons I had never dreamed of. Nowadays readers of both prose and verse increase substantially in number. Before the revolution, I was a poet with a small audience. After the revolution, I became a poet known to the majority of the common people. The house-cricket in the grass "crows" not for himself only. He crows in order to look for friends. The poet hopes that millions of readers will listen to his songs. . . . I am a learner of many schools, a lifelong learner. Anyhow, I walk on my own legs; what's most important is that my poems are my voices, my heart and my soul. (From *Xuân Diệu and His Works* [New Works Publishing House, 1987], pp. 11, 130)

XUÂN MIỄN (Pen names: HẢI PHONG and HUỲNH PHONG HẢI)

Xuân Miễn's given name was Nguyễn Xuân Miễn. He was born on August 20, 1922, in Bích Tri hamlet, Liêm Truyền village, Thanh Liêm district, Hà Nam province. He lived in Hanoi and Hồ Chí Minh City. Xuân Miễn joined the revolution in March 1945. He served in An Phú Đông in the South as a soldier in the war against the French. In 1954 he regrouped to the North. A reporter and a poetry editor for *Văn Nghệ Quân Đội,* he was a member of the board of directors of the Vietnam Writers' Association during the first and second terms (1947–1983). When he retired he was a colonel. He died in Hồ Chí Minh City on January 4, 1990. Among his published works of poetry are *Rung động* [Throbs of emotion] (1938), *Lửa bình* [War fire] (1946), *Khói lửa phương Nam* [Southern fire] (1948), *Gói đất miền Nam* [A packet of southern soil] (1960), *Chặng đường hành quân* [On the campaign trail] (1971), *Một tiếng Xamakhi* [The word samakhi] (with Phạm Ngọc Cảnh and Duy Khán, 1981), and *An Phú Đông* [An Phu Dong] (1982).

XUÂN QUỲNH

Xuân Quỳnh's given name was Nguyễn Thị Xuân Quỳnh. She was born on October 6, 1942. Her home village was La Khê, Hoài Đức district, Hà Tây province. Xuân Quỳnh came from a family of government functionaries. Her mother died when she was quite young and she lived with her grandmother during her childhood. In February 1955, she was selected to be a member of the People's Folk-Dance and Folk-Song Ensemble. Trained as a dancer, she traveled abroad many times to perform. She took the first training course for young writers held by the Vietnam Writers' Association from 1962 to 1964. She became an editor for *Văn Nghệ* in 1964. From 1978 until the end of her life she was an editor at the Youth Publishing House. She was a member of the board of directors of the Vietnam Writers' Association. She and her husband, Lưu Quang Vũ, died in a car accident on August 29, 1988. Her poetry has appeared in the anthologies *Tơ tằm—Chồi biếc* [Silk and green shoots], *Hoa dọc chiến hào* [Flowers along the combat trench], and *Cây trong phố-Chờ trăng* [Trees waiting for the moon]. Other books of her poetry are *Gió lào, cát trắng* [Laos wind, white sand] (1974), *Lời ru trên mặt đất* [A lullaby on the ground] (1978), *Sân ga chiều em đi* [The station the afternoon you went away] (1984), *Tự hát* [Singing alone] (1984), *Truyện Lửu-Nguyễn* [The tale of Lửu and Nguyễn] (a lyrical tale, 1985), *Hoa cỏ may* [The cỏ may flower] (1989), and two posthumous books, *Thơ Xuân Quỳnh* [Xuân Quỳnh's Poetry] (1992–1994) and *Thơ tình Xuân Quỳnh—Lửu Quang Vũ* [Love poems of Xuân Quỳnh and Lửu Quang Vũ] (1994). She also published a number of books for children: a book of poems, *Bầu trời trong quả trứng* [The sky inside the egg] (1982), and the stories, *Mùa xuân trên cánh đồng* [The field in spring] (1981), *Bến tàu trong thành phố* [The dock in the city] (1984), *Vẫn có ông trăng khác* [There is still another moon] (1986), and *Tuyển tập truyện thiếu nhi* [Selected children's stories] (1995). Her literary awards include the award for children's literature in 1982–1983 for *Bầu trời trong quả trứng* [The sky inside the egg] and a poetry award given posthumously by the Vietnam Writers' Association in 1990 for *Hoa cỏ may* [The cỏ may flower].

When I began to work (as a dancer), I was jostled and looked down on; I resolved then that I would live. Living is writing. Expressing my own happiness and suffering, I feel like I own something precious that few others possess. It is as if I were loved but others were not, and as if I knew how to talk and was allowed to speak while others were stuck in silence. (From the Dictionary of Writers)

Ý NHI

Ý Nhi's given name is Hoāng Thị Ý Nhi. She was born on September 18, 1944. Her homeland is Quảng Nam. She now lives in Hồ Chí Minh City. She has a degree in Vietnamese linguistics and literature from Hanoi University. In 1968, after graduating, Ý Nhi began work in the Institute of Literature. She later became an editor at the Liberation Literature and Arts Publishing House. She is now the editor of the Vietnam Writers' Association Publishing House for Hồ Chí Minh City. Her work has been included in the poetry anthologies *Trái tim—nỗi nhớ* [The heart's remembrance] (1974) and *Lời ru của mẹ* [Mother's lullaby] (1979). Volumes of her poetry are *Đến với dòng sông* [Coming over to the river] (1978), *Cây trong phố, chờ trăng* [Street trees, waiting for the moon] (1981), *Người đàn bà ngồi đan* [Woman knitting] (1985), *Ngày thường* [Common days] (1987), *Mưa tuyết* [Snow] (1991), and *Gửơng mặt* [The face] (1991). Ý Nhi received the poetry award of *Văn Nghệ* in 1969 and the award of the Vietnam Writers' Association for *Người đàn bà ngồi đan* [Woman knitting] in 1985.

Index of Authors and Poems